பெஜோ ஷைலின் என்ற 26 வயது இளைஞர் குமரிமாவட்டம் தக்கலையைச் சேர்ந்தவர். ஆங்கில இலக்கியத்தில் முதுகலைப் பட்டம் பெற்றவர். கல்வி, சமயம், குடும்பம், அரசு போன்ற நிறுவனங்களை நெருக்கடிகளாக உணர்பவர். அதிலிருந்து தனது எழுத்துக்கான அடிப்படையைத் தொடங்கியவர். மர்மரியா இவருடைய முதல் எழுத்தாக்கம். குமாரசெல்வா, பாவெல் சக்தி இவர்களின் தற்செயலான தொடர்பால் ஓரிரு இலக்கியக் கூட்டங்களை எட்டிப்பார்த்தவர். புனைகதை வடிவத்துடன் இலக்கிய விமர்சனங்களும் செய்யலாமா என்பது இவருடைய பேராசை. தற்போது நாகர்கோவிலில் பள்ளிக்கூட ஆசிரியராகப் பணிபுரிகிறார்.

மர்மரியா

பெஜோ ஷைலின்

அடையாளம்

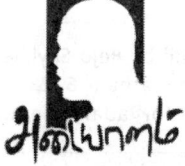

முதல் பதிப்பு 2022
© பெஜோ ஷைலின்
வெளியீடு: அடையாளம், 1205/1 கருப்பூர் சாலை, புத்தாநத்தம் 621310, திருச்சி மாவட்டம், இந்தியா, தொலைபேசி: 04332 273444, 9444 77 2686
நூல் வடிவம்: த பாபிரஸ், அச்சாக்கம்: அடையாளம் பிரஸ், இந்தியா
ISBN 978 81 7720 344 8
விலை: ₹ 130

Marmariya is a novel in Tamil by Bejo Shyline, Published by Adaiyaalam, 1205/1 Karupur Road, Puthanatham 621310, Thiruchirappalli District, Tamilnadu, India, email: info@adaiyaalam.net

என்னை மன்னியுங்கள் நண்பரே, உங்களை ஒரு பைத்தியக்
காரனாக்கியதற்காக, முன்பும் இப்போதும் மாவீரர்கள்
உலகில் உள்ளனர் என நான் என்னைப் போலவே
நம்பும்படி உங்களை வற்புறுத்தியதற்காகவும்.
- டான் குயிக்சோட்

அட்டையின் முத்தம், கணவாயின் கட்டியணைப்பு, காம அரிப்புடைய குரங்கின் அசிங்கமான தொடல், நீங்கள் மனித இனத்தை விரும்புகிறீர்களா? இல்லை நிச்சயமாக இல்லை.
- ஏப் அண்ட் எசன்ஸ்

முன்னுரை

யதார்த்தம் கலைந்த மன உலகம்

குமாரசெல்வா

மர்மரியா நாவலின் பிரதியை அச்சாக்கம் பெறாத நிலையில் என்னிடம் படிக்க அனுப்பியவர் நண்பர் 'அடையாளம்' சாதிக். அதை நேரடியாகப் பெஜோ ஷைலின் என்னிடம் கொண்டுவந்து கொடுத்தார். அப்போதுதான் முதன்முதலாக அவரை நான் பார்த்தேன். இலக்கிய நிகழ்வுகளிலோ, எழுத்துகளிலோ, ஊடகங் களிலோ அதற்கு முன்னால் எங்கேயும் கண்ட ஓர்மை இல்லை. புத்தம் புதிய குதிரைக்குட்டி அருகில் துள்ளிக்கொண்டு நிற்பது போல அவரை உணர்ந்தேன்.

நீலக்கலர் ராத்திரியிலிருந்து அழிந்தது வரை சுமார் நூறுபக்கக் கதையாடல் கூட்டுமனநிலையிலிருந்து உருவானதாகத் தோன்றியது. நீல ராத்திரி என்பது மலையாளத் திரைப்பாடல்கள் வழியாக என் மன அடுக்குகளில் தங்கியிருந்த ரொமான்டிசத் துணுக்குகளை மிக்ஸியில் துவையும் சிதறல்கள் போல அரைத்துத் தள்ளிவிட்டது சிலமணி நேரங்களில்.

கதையாடலின் ஆரம்பத்தில் ஒரு கிழவி வருகிறாள். வித்தியாச மான கிழவி. அவள் இயல்புக்கு மாறான மனநிலை கொண்டவள். 'மாக்பெத்' நாடகத்தில் வரும் சூனியக்காரியை ஸ்பாட்லைட் மாற்றி வெவ்வேறு நிறங்களில் முகபாவனைகளைக் காட்டும் நுட்பத்தைப் பெஜோ ஷைலின் எழுத்தில் நிறமாக்கிக் காட்டுகிறார். கிழவியை ஒத்துவராத கலரில் பார்த்ததாக எழுதுகிறார். இந்த ஒத்துவராததை ஏன் சமநிலைப்படுத்தினார் என்பதில்தான்

நீலநிறத்தை எதற்கு ராத்திரிக்குப் பூசினார் என்ற விஷயம் அடங்கி இருக்கிறது.

நீலராத்திரிக்கும் கிழவிக்கும் சம்பந்தமே இல்லாமற் போனாலும் சிவப்பு நிறத்தில் ராத்திரியைக் காட்டினால், கிழவியைக் கொடூரமான பேயாக நினைத்துப் பயந்துவிடலாமென்று, நினைத்த அவருடைய மூளை நீலநிறத்திலேயே காட்டுகிறது. இவ்வாறு நாவல் முழுக்க எல்லாவற்றையும் இன்னொன்றாக்கும் மனநிலையே கதையாடலாக மாறுகிறது. கதையாடலற்ற தன்மையில் இந்தக் கிழவியை யாராவது எழுதியிருந்தால் ஆபாவாணனின் 'ஊமை விழிகள்' கிழவி போல சிறுத்துப் போயிருப்பாள்.

நாவலின் பெயரில்லாத கதைசொல்லி இயல்புக்கு மாறானவன். நிலவிலுள்ள நடைமுறைகளுக்கு எதிரானவன். அவற்றை வெறுப்பவன் அல்லது மறுதலிப்பவன். ஒரு கட்டத்தில் கலகக் காரன். தனது வரலாற்றை ஆய்வுக்கு உள்ளாக்கி, அதையும் குலைத்துப்போடுகிறான். வாழ்க்கை மீதான தனது எதிர்ப்பு உணர்வைக் கேலியாக, நையாண்டித் தனமாக வெளிப்படுத்து கிறான்.

'மறுதலிக்கிறது ஞானத்தோட தொடக்கமில்லையா?' என்று 'கர்த்தருக்குப் பயப்படுதலே ஞானத்தின் ஆரம்பம்' ஆகிப்போன சமூகத்திலிருந்து ஒருவன் கேட்கிறான் என்றால் அவன் கலகக் காரனாகத்தான் இருக்க வேண்டும். மாதா, பிதா, குரு, தெய்வம் என்று கற்பித்த வரிசையைத் தலைகீழாக்கி முதலில் தெய்வத்தை அறுத்துக் கிழிக்கிறான். பிறகு மாதா, பிதாக்களும். தன் பிறப்புக்குக் காரணமான செயலை அவர்கள் மீதான வசவாக்கு கிறான். குருவையும் இவன் தப்பவிடவில்லை.

இயல்புக்கு மாறான இன்னொரு பழக்கம் தூக்கம். எல்லோரும் இரவில் தூங்குவார்கள். இவன் பகலில் தூங்கி இரவில் முழித்திருப்பவன். ராவு முழுக்கவும் வீட்டு மாடியில் நின்று எதிரே ஓடும் ஆற்றை வெறிக்கிறான். உறக்கம் வராதபோது அதுபற்றிய கவலைகூட அவனுக்கு இல்லை. உடம்பு கெட்டுப்போகுமே என்று வருத்தமும் இல்லை. 'இனி ஒறக்கம் வாரப்போ வரட்டும். அத சண்ட போட்டு இழுக்க பைசாவும் கெடையாது' என்று கேலி பேசுகிறான்.

பெயரில்லாத அவன் பயந்தவன். கொசு, பாச்சா, பல்லி, சிலந்தி இவற்றை நேரடியாகக் கண்டாலே பயம். வீடு இருட்டா இருந்தால்தான் பிடிக்கிறது. சூரியன் உதிக்கும் போதெல்லாம் இவனுக்கு எரிச்சல் வருகிறது. சும்மா மனியன இருக்க விடாத இந்தச் சூரியனுக்க சூத்த கிழிக்கணும்ணு உறுமுகிறான். நேரடியாக மட்டுமல்ல, கற்பனையிலும் பயப்படுகிறான். கக்கூஸ் குண்டிலிருந்து பாம்பு வந்து குண்டிய கடிச்சிருமோண்ணும் பயப்படுகிறான். தான் ரெட்ட சுழி உள்ளவன் என்ற நம்பிக்கை சார்ந்த விஷயம் கொஞ்சம் ஊக்கம் தருகிறது. கொஞ்சோண்டு குடியும், அப்பப்ப இழுக்க கஞ்சாவும் ஹீசமும்தான் தன்னைக் காப்பாத்துவதாக உரைக்கிறான்.

பெயரில்லாத அவன் திருடன். அஞ்சாங் கிளாஸ் படிக்கும் போது அவனது தாத்தா செத்துப்போகிறார். அவன் செத்துப் போயிட்டான் என்று எழுதுகிறார். மரணப்பெட்டியில் தாத்தாவைக் கிடத்தும் போது கையில் எப்பவும் அவர் கட்டியிருக்கும் கடிகாரத்தை வைக்க மறந்துபோகிறார்கள். அந்தச் சிறு வயதிலேயே தாத்தாவின் கடிகாரத்தைத் திருடி ஒளித்து வைக்கிறான். கடிகாரம் இன்னமும் ஓடுகிறதோ என்னவோ, தாத்தா எப்பவும் ஓடீற்றே இருந்தான் என்கிறார். 'நகுலன் இறந்த பின்னும் ஒலிநாடா ஓடிக்கொண்டே இருக்கிறது' என்று கோணங்கி எழுதியதை இந்த இடத்தில் ஞாபகப்படுத்துகிறேன்.

இவ்வாறாகப் பெயரற்ற கதைசொல்லி தன்பெயரைச் சொல்லும்போது இரட்டைத் தன்மையிலான மனிதனாக மாறுகிறான். நாவலின் ஓரிடத்தில் தன் பெயர் பிரான்கோ எனக் கூறி அனைவருக்கும் வணக்கம் தெரிவிக்கிறான். பிறகு தனது பெயர் கிரான்கோ என்று கூறுகிறான். அப்போதும் அனைவருக்கும் வணக்கம் தெரிவிக்கிறான். இது ஒருபுறமிருக்க, விருப்பமின்றி உலகத்தில் நுழைந்த உங்களுக்குக் குறைந்தபட்சம் மரணத்தைத் தேர்ந்தெடுக்கும் வாய்ப்பை அளிக்கப் போவதாகவும், தற்கொலை முயற்சியால் உங்கள் உயிரை நீங்கள் காயப்படுத்த வேண்டாம் என்றும் அறிவிக்கிறான்.

சிஸோபெர்னியா நோய்க்கூறுகளில் ஒன்று இரட்டை ஆளுமை. கதைசொல்லி மனத்தெளிவுடன் பேசும் பகுதிகள் முடிவடைவது

பிறழ்வுகளில். அல்லது பிறழ்வுகளே சம்பவத் தெளிவுகளாய் நாவலில் வெளிப்படுகின்றன. கவனமாகச் செய்யப்படும் பகடிகளிலும், கூர்மையாக முன்வைக்கப்படும் விமர்சனங்களிலும் இந்தப் பிறழ்வுகள் அழிந்து காத்திரம் கொள்கின்றன.

தற்காலத் தமிழ்நாவல்களைக் கதை சொல்லும் நாவல்கள் எனவும், பிரதியாக்கம் செய்யப்பட்ட நாவல்கள் எனவும் இரண்டு விதங்களில் எளிதாக வகைப்படுத்திவிடலாம். கதை சொல்லும் நாவல்களில் வெறும் கதை மட்டுமே இருக்கும். வரிசைக் கிரமத்தில் ஒரு ஊரை முன்வைத்து, கதைத் தலைவனை முன் வைத்து, வரலாற்றை முன்வைத்து, மதத்தையோ சாதியையோ முன்வைத்துக் கொஞ்சம் கதைவிடத் தெரிந்தால் உடனே கதை சொல்லும் நாவலை எளிதாக எழுதிவிடலாம்.

மர்மரியா கதை சொல்லும் நாவல் அல்ல. அதில் உட்பொதிந்த கதைகள் பல இருந்தாலும் கதை சொல்லும் நோக்கத்தைக் கொண்டிருக்கவில்லை. அதன் காரணம் ஒற்றை மனநிலையில் படைக்கப்படும் யதார்த்த நாவலின் தளத்தை அது எங்குமே கடைப்பிடிக்கவில்லை. மணலில் புழு ஊர்ந்து செல்வது போல, ஆற்றில் ஓர் இலை விழுந்து நகர்வது போல, வரிசையாக எறும்புகள் அணிவகுப்பது போன்ற எழுத்துமுறையை வரிந்துகொள்ளாமல் பல மனநிலைகளில் உலகைப் பிரதியாக்கம் செய்கிறது.

குமரிமண்ணைச் சேர்ந்த தமிழவனால் தமிழிலக்கிய உலகில் கோட்பாடுகளாகவும், படைப்பாக்கங்களாகவும் முன்வைக்கப் பட்ட பிரதியாக்க எழுத்துமுறையைத் தீவிரமாகக்கொண்ட நாவல்களில் மர்மரியாவும் ஒன்றெனக் கருதுகிறேன். தமிழவனின் புனைகதைகள் அனைத்துமே பிரதியாக்கம் செய்யப்பட்டவை. சமீபத்தில் எழுதிய ஷம்பாலா வரை வாசிப்பு உணர்வில் இன்னொன்றாகக் கதையைக் கடந்து பல தோற்றங்களை வாசகன் மனதில் எழுப்புபவை. தன் அர்த்தத்தில் பொருளை உள்வாங்கிக் கொள்ள ஒவ்வொரு வாசக உணர்வுக்கும் திறந்து பாலூட்டும் சுரப்பிகளைத் தன்வசம் வைத்திருக்கும் பிரதியாக்கம் அது.

தக்கலையைச் சேர்ந்த முஜிபுர் ரகுமான் வெறும் முப்பது பக்கங்களில் மகாகிரந்தம் என்றொரு பிரதியாக்கம் செய்யப்பட்ட நாவலை எழுதினார். மிகவும் ஆச்சரியமான உணர்வில் அதைப்

படித்தேன். 'சர்ப்பம் அவளை வஞ்சிக்கவில்லை' என்ற எஸ். ஜே. சிவசங்கரின் புனைகதைகளும் பிரதியாக்கம் செய்யப்பட்டவை களே. லஷ்மி மணிவண்ணனின் 'வெள்ளைப்பல்லி விவகாரத்' தையும் இதில் உட்படுத்தலாம்.

இவற்றில் மிகவும் என்னை ஆச்சரியத்துக்குள்ளாக்கிய பிரதியாக்கம் ஒன்றைக் குறிப்பிட விரும்புகிறேன். மார்மரியா எழுதிய பெஜோ ஷைலின் ஆங்கிலம் கற்பிக்கும் ஆசிரியர். ஆங்கில நாவல்கள் படித்திருப்பார். அதன் வாயிலாக எழுத்து முறைகளை உணர்ந்திருப்பார் என்று கருத இடமுண்டு. ஆனால் வாசிப்புக்கு சம்பந்தமில்லாத ஒருவரிடம் பிரதியாக்க எழுத்துமுறை குடிகொண்டு இருப்பதையும், குமரியில் இருந்துகொண்டே அவர் இரண்டு நாவல்களை அவ்வாறு எழுதி இருக்கிறார் என்றும் நான் கூறினால் நீங்கள் நம்புவீர்களா?

சரியாக ஏழு வருடங்கள் முன்பு 89இ குளச்சல் பஸ்ஸில் பயணித்துக்கொண்டிருக்கும் போது அதில் நடத்துநராக இருந்த மாவிளை ஜோ தன்னை ஒரு நாவலாசிரியராக என்னிடம் அறிமுகப்படுத்தினார். பின்னர் நாங்கள் பரதேசிகள் அல்ல என்று தானெழுதிய நாவல் ஒன்றைத் தந்தார். அதனைக் கனவில் எழுதிய மர்மக்கதை போல நீண்டு சுருங்குவதாக முன்னுரையில் குறிப்பிட்டிருந்தார்.

நீலகண்ட சாஸ்திரி என்ற கதைசொல்லியின் பார்வையில் நேர்கோடற்ற தன்மையில் சொல்லப்பட்ட அந்த நாவல் இது போலொரு பிரதியாக்கம்தான். செம்பி என்ற தோட்டத் தொழிலாளி மீது ஆங்கில அதிகாரி நெல்சன் காம்ளேயின் காதலும், இறுதியில் இருவரும் கொல்லப்படுவதையும் மர்மக் கதை எனும் சக பிரதியாகச் சொல்லி இருப்பார். 2016 மார்ச் மாதம் பச்சமண்ணு என்றொரு நாவலை என்னிடம் தந்து முன்னுரை எழுதக் கேட்டார். நானும் கொடுத்தேன்.

மும்பை நிழலுலகத் தாதா பதோர் டோலி நிகழ்த்தும் ரெயில் கொள்ளையும், கர்ப்பிணியான கும்மிரி தண்டவாளத்தில் தூக்கி வீசப்பட்டு, கல்லீரல் சிதைவால் அவதிப்படுவதும், நெசவாளர் போராட்டம், நவீன இயந்திரங்களின் வருகை, அதை எதிர்க்கும் அரசியல் நிகழ்வுகள் எனத் தொடர்ந்து இறுதியில் மூளைச்சாவு

ஏற்பட்டுக் கும்மிரி தான்பெற்ற சிசுவைப் பார்க்க முடியாமல் கிடப்பதாக முடிகிறது.

இந்த நாவல் தரமான பதிப்பகம் ஒன்றால் அறிமுகமாகி இருந்தால் மாவிளை ஜோ இந்நேரம் தமிழ் கூறும் நல்லுலகம் முழுக்க அறியப்பட்டிருப்பார். நான் கூற வருவது, இன்று பிரதி யாக்கம் செய்யப்பட்ட நாவலைப் பெரிய படிப்பு எதுவும் இல்லாத சாதாரண மனிதன்கூட எழுத வருகிறான் என்பதே. நவீனன் டைரி நகுலனைப் போலவோ, ஸில்வியா போலவோ பேராசிரியர்களாக இருக்க வேண்டிய அவசியம் இல்லை. கோணங்கி, சாருநிவேதிதா போல வாசகர்களாகவும் இல்லை. எம். ஜி. சுரேஷ், பிரேம், பா. வெங்கடேசன் எனத் தொடரும் வரிசையில் ஜோ இருக்கிறான். பெஜோ ஷைலினும் இருக்கிறான் என்பதே.

இந்தப் பிரதியைப் பல்வேறு வாசிப்புகளுக்கு நாம் உட் படுத்தலாம். வரலாறாக வாசிக்கலாம். கரைக்கோடு என்ற ஊரின் இடவரலாறாக வாசிக்கலாம். தனிமனித உளவியலாக வாசிக்கலாம். நிறுவனங்கள் மீதான எதிர்ப்பாக வாசிக்கலாம். வரலாற்றை அழித்தெழுதும் வரலாறாக வாசிக்கலாம். தனிமனித விருப்பு வெறுப்புக்களாகவும் வாசிக்கலாம்.

தனது ஊரிலுள்ள இல்பர்டின் பற்றிக் குறிப்பிடும்போது, இல்பர்டின் மட்டும் இப்போது உயிருடன் இருந்தால் காரல்மார்க்ஸ ஒத்த கையால குத்தியே கொன்னிருப்பான் என்கிறான். காரல் மார்க்ஸ் நெஞ்சில கத்தியால குத்தின தழும்பொண்ணு கெடக்கும்ணு சொன்னாங்க, யாராவது கண்டியளா என்று கேட்கிறான்.

நீதி என்பதே அருவருப்பான பொய், போராட்டம் பொய், கல்வியைவிட பாத்ரூம் எழுத்துக்களே சிறந்தவை, இராணுவ எதிர்ப்பு, தேசப்பற்று மீதான எள்ளல் போன்ற எல்லாவிதமான கலகக் குரல்களும் வாசிக்கச் சுவையான கேலிகளாகச் சாதாரண பேச்சு மொழியில் விரிவதுதான் இந்த நாவலின் தனிச்சிறப்பு எனலாம்.

கல்வி நிறுவனத்தை அதன் கட்டமைப்பிலான அடக்கு முறையை இந்த அளவுக்குக் காத்திரமாக விமர்சித்து எழுதிய பிரதியாக்கம் ஒன்று தமிழில் வேறு உண்டா எனத் தெரியவில்லை. பேக்டரி, அசைலம் என்ற சொல்லாடல்களின் வாயிலாக வெளிப் படுத்தப்படும் கற்கும் மாணவனின் வேதனைகள் அளப்பரியவை.

அவனை இன்னொன்றாக உருவாக்கும் முயற்சிகள் அறிந்த நமக்கு விதங்கள் அறியாதவை. தூங்காமல் இருந்து படிப்பதற்கு கண்ணில் கெமிக்கல் விடுவது போன்றவை. அறிவியல் பாடத்தில் உற்பத்தி குறித்துப் பாடம் இருந்தும் அதை நடத்தாமல் கடந்து செல்லும் ஆசிரியர்களால் மாணவர்களின் மனதில் பிறப்பு பற்றிய உண்மைகள் வேறொன்றாக அமைகிறது. பாலியல் கல்வியின் அவசியத்தைப் பேசும் தற்காலத்தில் மத நிறுவனங்கள் இன்னமும் சிலுவைப் போர்களின் காலத்தில் இருப்பதைத் தோலுரித்துக் காட்டுகிறார்.

இந்தப் பிரதியாக்கம் ஒரு புதிய மொழியைத் தனக்குள் வைத்திருக்கிறது. வட்டார மொழியாக அது இருந்தாலும் வெளிப்பாட்டில் உணர்வை மிகுவிக்கும் வகையில் உள்ளது. 'ஏக்கமானது சதச்சி சதச்சி உயிர தின்னுச்சி' என்று ஓரிடத்தில் வரும். அதுபோல 'அறிவு குண்டிய சொறிஞ்சிட்டு இருந்த பருவம்' என்று அறியாப் பருவத்தைக் குறிப்பிடுவார். இந்தக் கேலி, கிண்டல் தொனிகளுக்குள்ளாக வெளிப்படும் மொழி எளிதில் மனதைவிட்டு நீங்காததுடன் சமூகத்தின் மேல் கூராயுதம் கொண்டு வீசுவது போல வைக்கப்படும் விமர்சனங்கள் சாதாரணப்பட்டவையல்ல.

'ஒரு பய பேசும்போ கல்யாணம் பண்ணதுக்கெல்லாம் இப்போ சம்பாத்தியம் தேவ இல்லையாம் வீடு உண்டுன்னாலே போதும்னு சொன்னான்.' இது நம் பண்பாட்டின் மீதான எவ்வளவு பெரிய விமர்சனம். மனோபாவத்தை அப்படியே கழற்றி வைப்பது போல இருக்கிறது மொழி என்னும் கூர்கத்தி.

சமகால உலகைப் பேசும் பிரதியில் திடீரெனக் காலத்துக்கு முன்னால் சென்று கதையாடல் நிகழ்த்துவதும் காணக் கிடைக்கிறது. சக பிரதியியலாகக் கதை மகாராஜா கால நிகழ்வு போலச் சொல்லப்படுகிறது. விஷயம் சமகாலத்ததுதான். இதில் புறமுதுகு பற்றிக் கூறப்படும் சாக்கில் சங்க இலக்கியத்திற்கும், அதாவது மரபார்ந்த தமிழ் இலக்கியத்திற்கும் உதை விழுகிறது.

இதுதவிர, சிறுகதையாடலில் அமைந்த சின்னஞ் சிறுகதைகள் நாவல் முழுக்கவும் வந்துபோகின்றன. மகாராஜா குச்சங்காளி, வெள்ளைக்காரன் போட்ட ஒப்பந்தம் என்று அவை வரலாற்றை

நினைப்பூட்டினாலும் கதைசொல்லியிடம் வரலாறு கதையாகும் இடம்தான் நம்மை வசீகரிக்கிறது. ஊருக்கு வந்த புலியைக் கொன்ற வைத்தியன் பலாப்பழம் தலையில் விழுந்து செத்த கதையை இந்நாவலின் மொழியில் வாசிக்கும் போதெல்லாம் இடம் மறந்து, சூழல் மறந்து பொட்டிச் சிரிக்கலாம். அவ்வாறு நான் சிரித்த இடம் பேருந்து. சகபயணிகள் உற்றுப் பார்க்கும் அளவுக்கு.

மிலிட்ரிகாரன் வரும் பகுதிகள் இந்தப் பிரதியை மர்ம நாவல் வாசிப்புக்குக் கொண்டு செல்கிறது. ஒரு பயங்கரக் குழுவாக உருவெடுக்கும் மிம்மிக் ரகசியமாக நடத்தும் ஆசீர்வாத விழாவில் இறைச்சி சாப்பிடும் போது பன்றிக்கறி போல இருந்தது. ஆனால் மிலிட்ரிகாரன் மாமிசம் என்று வலுக்கும் சந்தேகத்திற்கிடையே கூட்டமும் சேர்ந்திசைப் பாடும் போது, 'நாம ஓரினம்! நாம எலும்பினம்! நாம நாஜிங்க! நாம உயர் இனம்' என்ற வரிகளில் அரசியல் வாசிப்புக்குள்ளாக நாம் சென்றடைகிறோம்.

மர்மரியா என்றால் என்னவென்று எழுதியவனிடமே கேட்டேன். கிரேக்கம் தொடர்பான கதை அல்லது தொன்மம் குறித்தெல்லாம் உரையாடினான். எனக்கு அதொன்றும் பொருத்தமாகத் தோன்ற வில்லை. கிறிஸ்துவுக்குப் பிதா போல இந்தப் பிரதியாக்கத்திற்கு மர்மரியா over mind -ஆக வெளிப்படுகிறது எனப் புரிந்தேன்.

சிறிய அளவிலான நாவல்தான் இது. ஆனால் அது உருவாக்கும் தாக்கம் மிகப்பெரிது. சொல்லி இருக்கும் மொழி புதிது. வட்டார மொழியை யதார்த்தம் தாண்டியும் பயன்படுத்த முடியும் என்பதைத் தமிழில் எடுத்துச் சொல்லும் முதல் நாவல் இது என்பேன்.

இது நிச்சயம் கவனம் பெறும் என்ற நம்பிக்கை எனக்குண்டு. தமிழ்வாசக உலகம் மீது நான் இந்த விஷயத்தில் ஆத்திகனாக இருக்கவே விரும்புகிறேன். நம்பிக்கை இல்லாத எதுவும் இல்லை.

பெஜோ ஷைலினுக்கு வாழ்த்துகள்!

(7 அக்டோபர் 2022, வழுதூர்)

மர்மரியா

1

நீலக் கலர் ராத்திரி. புரியாத எல்லாத்தோடையும் சேத்து இதுவும் இன்னைக்கு மட்டும் விஷேசமா வந்துருக்கு. ஒருவேள தூக்கம் வராம பொரளும்போ ஆள் தொணைக்கு நானா கற்பன பண்ணதானும் தெரியல. அப்டியே கற்பன பண்ணாலும் யனக்கு நானே துரோகம் எழைக்குறேன்னும் அர்த்தமில்ல. நீல ராத்திரிக்கும் கெழவிக்கும் சம்மந்தமே இல்லேனாலும், சொவப்பு கலர ராத்திரிக்கு அடிச்சா கெழவிய கொடூரமான பேயா நெனச்சுருவோம்னுகூட மூள நீலத்துல காட்டீருக்கலாம். ஒத்துவராத அந்தக் கலருல தா அவள பாத்தேன். குட்டையா, ஒல்லியா, அவளுக்கே அந்நியப்பட அமைதில நின்னா. கைல துருபுடிச்ச வெட்டோத்திய வெச்சி பிணம் நின்ன மாரி நின்னா. தனக்க கறுத்த மூஞ்ச தொங்க போட்டுட்டுக் கெழவி தனியா நிக்கத ஒண்ணும் பெரிய வெடிப்ப உண்டாக்க காரணக் குறியீட்டு எழவா நெனைக்கவும் வேண்டாம். இந்த சமயத்துல கெழவி வரணும்னு அவசியமில்லயே. அதுவும் சும்மா கெடக்க யனக்கு வந்துருக்கக் கூடாதுல்லா?

நீல ராத்திரில பாசி படிஞ்ச பச்ச ஆத்துல, மேல நிலாக்க நீல இருட்டு வெளிச்சத்துல வெட்டோத்தியோட நிக்காளே இவுளுக்கு கூறுன்னு ஒண்ணே கெடையாது. சமிக்ஞை செய்யதே வேலயா போயிட்டு. பாடு யாரு சொமக்காங்கத அவ மறந்தே போயிட்டாளா? கண்டாறவோழி செத்தும் போனாளே! இனி நா இவள கும்புடணும், தெய்வமே யன்னை காப்பாத்துனு. போங்கடா சுண்ணிகளானு மாடிக்குப் போய் மீதியிருந்த பாதி துண்டு சிகரெட்ட பத்தவச்சேன். மழ வருமோ என்னவோ, நட்சத்ரம் ஒண்ணையும் காணோம், பின்ன கூரய பாத்தா என்னத்த தெரியுமோ?

நடுராத்திரில முழிச்சு பகல்ல தூங்கது வழக்கமாயிட்டு. ஒலகமே ஒறங்க சமயத்துல பந்தத்த தூக்கிட்டு படக்கு விட கெளம்புனமாரி தா யனக்க நெனப்பே. யாராவது யன்னை காப்பாத்துவாவனு

கலங்கப்பட்டு இப்போ எதுவும் ஒறைக்க மாட்டேங்கு. எதுலயும் பிடிப்பில்லாம கெடக்கதுனால இதுவும் கடந்து போவும்னு சொல்லி தேத்தலானு பாத்தா, கடந்து போறது யன்னையும் ஒண்ணோடி கொண்டு போனா கொள்ளாமோனு தோணுது.

போனுல வீடியோக்கள ஸ்குரோல் பண்ணத நிறுத்திட்டு மாடில நின்னே ஆத்தங்கரைய பாத்தேன். எந்த எடத்துல கெழவி நின்னுருப்பானு முடிஞ்ச அளவு யோசிச்சேன். எல்லா ஒரே எடம்னாலும் அது வேற இது வேறன்னு நெனக்கேன். அதான் யனக்கு புடிக்கவே இல்ல. பஞ்சு வர வலிச்சுட்டு தூரத்துல, காட்டுக்க மேல பொங்கி வழிய பொகய பாத்து தொண்டேல ஒட்டியிருந்த சளிய செருமி எடுத்து, காறி துப்பிட்டு நடுவீட்ல போய் படுத்தேன். தூக்கம் வராதுனு தெரிஞ்சாலும் ராத்திரி பயனுள்ள காரியத்துல நேரத்த கழிச்சா முழிச்சிருக்கதும் நல்லது தரும்கது யனக்க எண்ணம். அந்தப் பயனுள்ள காரியம் என்னதுன்னு இது வரைக்கும் தெரியாதனால பெருவெரல வெச்சி காரணமே இல்லாம கண்டதையும் காணதுல லயிச்சி போயிட்டா நேரம் போறதே தெரியாது. நாம கொல்லணும்! ஒலகத்துல நமக்கு கொல்ல உரிமையுள்ள ஒரே அயிட்டம் நேரம்தானே. இனி ஒறக்கம் வாரப்போ வரட்டும் அத சண்ட போட்டு இழுக்க பைசாவும் கெடையாது.

பெரிய கவித்துவப் புடுங்கி மாரி யனக்க வாத்தியான் ஒருத்தென் சொன்னான், காத்தோடு காத்தா இந்த நிமிஷத்துல நாம கரஞ்சு போனா எவ்ளவு நல்லாயிருக்கும்னு. தேவிடியா பய மாசம் லட்சத்துல சம்பாதிக்கான். நல்ல வருமானம் உண்டு; இவனுக்கு காத்தோடு காத்தா போவணும்னா சொத்த எல்லாம் யனக்கு எழுதி தந்துட்டுப் போவட்டுமே. அதுக்கு மட்டும் மொகம் சுழிப்பான். காத்தோடு காத்தாவாம் கக்கூஸ் கூத்தாவாம் புண்டாமவன்! இப்போ, காத்தோடி காத்தா கரயதுக்கு யனக்கும் சம்மதந்தான். ஓரளவு போதைனா என்னேணு அறிஞ்சாச்சி. அப்டியே யங் கையால ஒரு பெரிய துணில இங்க ஒண்ணுமில்ல இங்க ஒண்ணுமில்லேனு பிழிஞ்ச மூளைகளால எழுதணும். கர் கர் கர்னு எலும்ப அறுக்க சத்தமும், சளி அடச்ச நொறயீரல குத்தப்போ வேதன மொகபாவமும், இன்னும் ய்ன்னை அதெல்லாம் செய்யவிடல. மர்மரியா! மர்மரியா! மர்மரியா!

இவனுவ ரிச்சிக் திருமணம் அப்புறமா இந்த எரிபோக் ஏறதுனு சடங்கு சுண்ணினு பண்ணானுவ இல்லா, அப்போ அறிவு குண்டிய சொறிஞ்சுட்டு இருந்த பருவம். நேரா இந்த கிறுக்கெனுட்ட போயி நம்ம முன்னோருங்க ஒண்ணும் முட்டாப் பயலுவ இல்ல. எதையாது பண்ணா அதுல மிகப்பெரிய சுண்ணிய நக்குன அர்த்தம் இருக்கும்னு எவனோ கண்டாறவோழி சொன்னத வெச்சி எரிபோக் ஏறதுல ஏதோ அறிவியல் உண்டுனு எமோசனலா வாதாடுனேன். நானும், நீயும் ஆம்ளையா இருக்கதுனால இதெல்லாம் பேசுறியானு அண்ணைக்கு கேட்டான். வருசம் ஆறேழு கடந்தாச்சி, இப்போவோ இந்த சுண்ணிய வெட்டி எறிஞ்சுருலாமோனு தோணுது. அவென் சொன்னதுல நியாய மில்லேணு சொல்ல வரல. நியாய மயிரெல்லாம் இப்ப வந்து எதுக்கு? அதான் யனக்க பெரச்சனையே. கொல பண்ணதுக்கும் பணக்காரேன் ஆவதுக்கும் வக்கில்லாத கூதியானுவ யன்னை மாரி வானத்த பாத்துட்டே கையடிச்சிட்டு கெடக்க வேண்டியது தா. அவ்ளோதானா? என்னடா மயிர புடுங்குன வாழ்க்கனு நெறய தடவ தோணிட்டே இருக்கு.

இந்த வாழ்க்க எவ்ளவு பெரிய வரம்னு தெரியுமோ? வாழ்க்க வாழதுக்குனும் நாமெல்லாம் சாதிக்க பொறந்த கூதியானுங்கனும் உத்வேகம் அளிக்கதாவும் பெரிய தத்துவ புண்டையாளரா தன்னையே நெனச்சி பேச தேவிடியாப் பயலுவளுக்க சூத்துல மத்தாப்ப கொளுத்தி சொருவணும்னு நெனக்கேன். ஏன்னா, இவனுவ உண்மய பேசதில்ல. சும்மா உசுப்பேத்துனாலும் நூறு வருசத்துக்க முன்னாடி பாவப்பட்டு செத்தவனுளுக்க பொணத்துக்க மேல காறி துப்பானுவளோனு தோணுவ். நைசா நழுவிர நெனச்சாலும் இத செத்தவந்தான் உண்மயா பொய்யானு நிரூபிக்கணும்.

சொவத்த பாத்துட்டே எவ்வளவு நேரம் கழிச்சுருப்பேனு தெரியல. முன்னாடியெல்லாம் சும்மா கெடக்கவே விரும்பாம எதையாச்சும் பண்ணிட்டே இருப்பேன். ரெட்ட சுழி உள்ளவெனில்லா. இப்போ என்னடானா மலட்டு பயலா மாறிட்டு வாறேன். கொஞ்சோண்டு குடியும், அப்பப்ப இழுக்க கஞ்சாவும், ஹீசமும் தா யன்னைய காப்பாத்துது, ஒருவித உயிர கொடுக்குது. அதுவும் மூள சம்பந்தப் பட்ட உயிர கொடுக்குது.

சொவருக்க கிட்ட நல்ல தடிச்ச கொசு பறந்துச்சி, சொவத்தோட வெச்சி அடிச்சதுல கொசு அப்டியே சொவருல ஒட்டீட்டு. இப்டியே, ஒண்ணு...ரெண்டு...மூணு...ஆங்... நாலு கொசுவள அடிச்சி வெறுமனே சொவத்த பாத்துட்டே கெடந்ததும் எறும்பெல்லாம் ஒவ்வொண்ணா வர தொடங்கீட்டு. எவ்வளவு நேரமாச்சுனு தெரியல எறும்பெல்லாம் செத்த கொசுவள மொய்ச்சி தின்னுட்டு, அதுக்கப் பாட்டுக்கு போர் நேரத்துல மட்டுமே சண்ட போட ராணுவம் மாரி அலஞ்சி, கொஞ்ச நேரத்துலயே எடத்த காலி பண்ணிப் போயிட்டு. இதுலயிருந்து என்ன வெளங்குதுனே தெரியல. ஏன்னா, எந்தவொரு அர்த்தத்த புலப்படுத்தவும் இத பாக்கல. இன்னும் கொஞ்சம் உண்மய சொல்லணும்னா, நா பாத்தேனாணே உறுதியா சொல்லவும் முடியல; யாங் கண்ணு அதையே பாத்தாலும் செத்துப்போன கொசுவள எறும்பு தூக்கீட்டு போயிடிச்சா? இல்லேணா சொவத்துலயே வெச்சி தின்னுட்டுப் போச்சானு தெளிவா சொல்ல முடியல. ஆனா, தின்ன மாரி தா தெரிஞ்சு. இல்லேணா ஒண்ணு சொல்லட்டுமா? இதுக்குள்ள போவ வேணாம் அதெல்லாம் கொசுவ தின்னுட்டு தா போய்ச்சி விடுங்க.

ராத்திரி முழிச்சி எத்தர நேரம் தூங்குவேனு தெரியாது, இருட்டுல பாச்சா அங்க இங்கனு ரெக்க விரிச்சு குப்பைல படபடக்க சத்தம் கேக்கும். அசந்து தூங்கப்போ பாச்சா மீச மோந்து கட்டுலுக்க மேல ஏறி வெரல் நகத்த கரம்பீட்டு கெடக்கும். யனக்க கை வெரலுவள கண்டா இந்த பாச்சா, எலி கரம்புன சுண்ணாம்ப போல நகத்த கரம்பி வெச்சிருக்கும். கக்கூஸுக்கு போனா தூற நேரத்துக்கு பல்லி வந்து நிக்கும். போதாதுனு செலந்தி வேற வேட்டையாடி கொல்லுற மாதுரி சொவத்து முக்குல மேலயும் கீழயும் மூச்சு வாங்கிட்டு நிக்குமோ? உக்காந்திருக்குமோ? சொரப்பி இல்லாம கிழிஞ்சு தொங்க கொடலு இதெல்லாம் பாக்குமா?

தூற சமயத்துல கக்கூஸ் குண்டுலயிருந்து பாம்பொண்ணு வந்து குண்டிய கடிச்சிருமோனு செலப்ப பயம் வரும். இதெல்லாம் எப்போவுமே தோணாது. ஆமா இதெல்லாம் எதுக்கு நா சொல்லணும், யனக்கு என்ன தேவ இருக்கு?

வீடு எப்பவுமே இருட்டா இருந்தா தா புடிக்கும். வெளிச்சத்த

கண்டாலே ஒத்து வராது, சும்மா மனியன இருக்கவிடாத இந்த சூரியனுக்க சூத்த கிழிக்கணும். அடுக்களைல சின்ன பல்பு அப்புறம் கக்கூஸ்ல ஒரு பல்பும் போதும்னு உட்டுட்டேன். என்னைக்கு பீசாவுதோ? ரெண்டு நாளா ஒடம்பு ஒரே வேதன. வயசாவுதோ என்ன எழவோ எவென் கண்டான். அதாவது, இந்த வீடு நா பொறக்கதுக்க முந்தி வித்தியாசமா இருந்து. நாங்க இங்க குடியேறுனதுக்க பொறவு வித்தியாசமா இருந்து. ஒக்கி புயலு வந்த நேரத்துல வீட்டுக்க முன்னாடி நின்ன ரெண்டு தேக்கும் அப்டியே, வீடு மேல சாஞ்சி கொஞ்ச வருசத்துக்கு வித்தியாசமா கெடந்து. ஒரு பயல்ட பேசும்போ கல்யாணம் பண்ணதுக்கெல்லாம் இப்போ சம்பாத்தியம் தேவ இல்லயாம் வீடு உண்டுன்னாலே போதும்னு சொன்னான். அதெல்லாம் நம்மள பெத்த தாயோளி புரிஞ்சிக் கிட்டானோ என்னவோ வீட்ட ஒழுங்காக்குனான். அந்த தேவிடியா பயலால அவ்வளவு தா முடிஞ்சி. செரி, இதாச்சும் நமக்கு செஞ்சி குடுத்தானே. எவனை கொற சொல்லதுக்கு? யார குறுக்கு விசாரண பண்ணதுக்கு? எல்லாம் செம்மையா தானே நடக்கு. இல்லையா? நெறய வீட்டுல புள்ளைய பெத்ததோடி கண்டாற வோழிங்க ஏதோ சாதன பண்ணி கிழிச்சதா, புண்டய வெறீல ஒத்து பெத்ததுக்கு பிராயச்சித்தமா புனிதமான பொட்டாசீசம் குடுத்து பாவத்த கழுவ மாரி நைசா இனி ஒப்புக்கும் நமக்கும் சம்மந்தமே கெடையாதுங்கது போல நழுவி போறானுவ. அதுக்கு இந்த கூதியான் பரவாயில்ல. கெட்டுனவளோடி சரி வேற எவளையும் தடவ போவலியே.

இண்ணத்த நெலமைல வீட்டு சுவரெல்லாம் பாசி படிஞ்சி, ரூமுகளுக்குள்ள தட்டுனா தூசி மூக்க தொளச்சி, அங்கங்க சொவத்துல கீறல் விழுந்து, மத்தது மரிச்சதுனு வீட்டுல காலுவைக்க எடமெல்லாம் கணுக்கால் அளவு குப்ப மெதக்கு. என்னைக்கு இந்தக் குப்பேலயிருந்து கர்த்தரான இந்தாறி பஸ்து (இல்பர்டினின் ஆசான்) திடீர்னு வந்து இந்தத் தேவிடியாளயும் அந்த புண்டாமோனையும் எடுத்துட்டுப் போவப்போறாரோ. ஏன்னா இதெல்லாம் யனக்க குப்ப மட்டுமில்ல இதெல்லாம் ஊரோட குப்பயும் தா. நமக்கு சோறும் வேண்டா ஒரு குண்ணையும் வேண்டா ஒரு நேரந் தின்னா போதுமே. பஸ்துவே, வாரும் இதுவள சீக்ரம் கொண்டுபோவும். இதுவ சாவது போலயும் நா

அடக்கமண்ணைக்கு ஹீரோவா நடக்கது போலவும் சொப்பனங்கள் வயலட் ஆசையள தர்றத நீங்க என்ணைக்கேனும் கண்டுருக்கீளா?

ரெண்டுபேரும் ஒரு கட்டுலுல கெடக்கும், ஒரு அடியெடுத்து வைக்க ரெண்டு நிமிஷம் ஆகும்.

வாரத்துல ஒரு நாளு சந்தைக்குப் போய் சாளயோ, நெத்தலியோ வாங்கீட்டு வர அந்த தேவிடியா பைசா குடுத்தா போய் வாங்கி குடுக்கது, மத்தபடி இந்த நாய்கள கவனிக்கதில்ல. ஆறு மணிக்கி ரூமுலயிருந்து நடக்க தொடங்கி எட்டு மணிக்கி அடுக்கள வந்து சமயல் வேலய தொடங்குவா. அங்கோடி இங்கோடினு ராத்திரி பத்துமணிக்கி கறி காயும். சுமாரா பண்ரெண்டு மணிக்கி அந்த தாயோளிக்கி சோறெடுத்துட்டுப் போவா. அவ்வளவு தா அதுகளோட செயல்பாடு. இத, இவ்வளவு மெதுவா செய்யதுக்கு ரெண்டு பேரும் செத்து போறது கொள்ளானு நெனைக்கதுல தப்பில்லயே? ராத்திரி ஒரு நேரம் மட்டும் தேவிடியா சமச்ச சோற தின்னுட்டு நானுங் கெடந்துருவேன். அந்த நாயி பீயில கெடந்தாலும் கவலயில்ல. சொவப்பு தச நாருவ இறுக்க, கறுப்பு நெறம் அபாண்டமா குறுவி விழ பீய அள்ளதுக்கு யனக்கு மனசேயில்ல.

வீட்ட விட்டு எதுக்கு வெளிய போவணும்? யன்னை கேட்டா போவப்பிடாது. அதே நேரம் ஏதாச்சும் அவசரம்னா வெளியேறி, கரைக்கோட்டு நடு ஆத்துத் தூணுல தூக்கு போட்டு சாவதுக்கும் தயங்கக்கூடாது. செத்தா என்ன சாவாட்டி என்ன? பின்ன, இந்த ஊர்காரனுவ பேந்த பேந்த வினோதத்த பாக்கது போல நம்மள பாப்பானுவ. அவென் அவென் அவனுக்க வேலய பாத்தா பரவாயில்ல அன்னைக்கு யன்னைய பாண்ட பயனும் அக்கா ஓடுனாளே ஏதாது கூப்ட்டாளா இல்லயாணு சந்தைல ஒருத்தென் ஏதோ பெரிய சுண்ணி மாதுரி சொறண்டுனான்,கொட்டைல சவுட்ட குடுத்து, காத கடிச்சி முழுங்கீட்டேன். அதுலயிருந்து எந்த தேவிடியா பயலுவளும் யன்னையோ, சாவதுக்கு காத்து கெடக்க அந்த மயிறுவளையோ, இந்த வீட்டையோ சொறியதுக்கு வர்றதுல்ல. ஆயிர ஜாதி புண்ட அதுல பணத்துக்கும் சுண்ணிக்கும் ஊம்ப அலையுற புண்டாமோவனுவ இவனுவளோட ஊரு புண்டயாம். இந்த புண்டைய நா நக்கலேணா சொர்க்கம் கெடைக்காதாம்; போங்கடா தாயோளிங்களா!

2

அக்காக்காரி ஓடிபோயிட்டானு வருத்தப்பட்டு பாரஞ் சொமந்து நொட்ட முட்டாக்கூதியா நா இருக்க விரும்பல. இவனுவ நா சீரழிஞ்சி போயிட்டதா நெனக்கதும், பொரணி பேச ரெண்டு ஆம்பளைங்க நடு ரோட்டுல ஜட்டிய கழத்தி சுண்ணிய சுண்டி விட்டு, வாள் சண்ட போடத கவனிச்சும் அதுக்கு எதிர்வென செய்யுறேனா நா எப்டிடே இவனுவ சொல்லது போல புத்தி பேதலிச்ச பைத்தியக்காரப் பையலா இருக்க முடியும், மறுதலிக்கது ஞானத்தோட தொடக்கமில்லா?

அக்கா வீட்ட விட்டு ஓடி ஒண்ணும் போவல. யன்னைப் பொறுத்தவர அவ காணாமதான் போயிட்டா. அப்டி தா நம்புறேன். அதெல்லாம் என்னத்தையோ? ஆனா, ரெண்டுக்கும் வித்தியாசம் உண்டில்லா? அவ யாரையாவது காதலிச்சாளா அல்லாட்டி இப்போ அவளுக்குப் புடிச்ச பயலோட ரகசியமா வாழுறாளானு கச்சிதமா பொய் சொல்லத் தெரியல. அவ போன ஒரு வருசங் கழிச்சி கண்ணங்கொளத்துல காலுல கல்ல கட்டி செத்த பொண்ணுக்க அழுவுன பொணத்த, மோதுரம் தண்ணீல கழஞ்சுனு முங்கி தேடிட்டு நின்ன பயலுவ கண்டு தகவல் சொல்லீருக்கானுவ. அடயாளமே தெரியாம அழுவி போன பொணத்த பாத்தப்போ அக்காவ பாத்த கடைசி நாட்கள்ல அவ நாப்பது கிலோவா எளச்சி போனது தா ஞாபகத்துக்கு வந்தது.

யன்னை பெத்த கூதிங்க அது அவளா இருக்காதுனு அடிச்சி பேசிச்சுங்க. அப்போ நின்ன பேச்சு தா இப்போ வாய தொறந்தா மூட வருசமாவும். அல்லாட்டி, பெல்ட் பாம் ஒண்ண ரெடி பண்ணி இதுவ படுத்துருக்க கட்டுலுல கெட்டிவுட்டு செதற வெச்சா எவ்ளோ நல்லாயிருக்கும், மக்க தொக பெருவூனு புள்ளேளுக்க எண்ணிக்கய ஏன் கொறைக்கணும்? பெத்ததுவள கொன்னுட்டா செரியாயிருமே.

ஒரு வகைல இந்தக் குப்ப நெறஞ்ச வலபுடிச்ச வீட்டுல கெடக்கது நல்ல வரமாக்கும். நெழல் மாதுரி ஓடி, ஒளியோட கண்ணுல எப்பவுமே மாட்டாம, சட்ட கூட கிழியாமலே எவனாச்சும் வாழ முடியுமா? செல நேரம் நா எப்டி இந்த நெலமைக்கு

வந்தேனு தோணும். எல்லாவனும் நல்லா வாழானுவனும்; நா மட்டும் பாதாளத்துல கெடக்கேனும் எண்ணம் எழும். வாழதுக்க அர்த்தத்தவிட வாழ்வே எளக்காறமா தோணுவ். வீட்டவிட்டு வெளிய போவ பயம். சாதாரண வெயில பாத்துக் கூச கண்ணு போல வெளிய போயிட்டாலே உள்ளம் கூனி குறுகிறுது அதுக்கு வீட்டுலயே கெடந்துர்றது நல்லது. ஆமா... அதான் நல்லது.

3

பண்டு இந்த ஊருவ எப்டினா ராச்சஸ மனுசனுக்க மாமிச நெஞ்சு முடி போல அநாமத்தா இருந்துருக்கும். யாரு கண்டா? அந்த மயிறுல தத்தளிச்ச கொசுவள இந்த ஊரான ராச்சஸென் பச்சையா தின்னாலும் தின்னுருக்கும். கரைக்கோட்டுல யனக்க குடும்பம் எப்போ குடியேறிச்சினு தெரியல. பூர்வீகம்னு சொன்னா எல்லோரும் சேந்து செருப்பால அடிங்க. அதுக்கு என்ன ஆதாரம் இருக்கோ?

யனக்க தாத்தா நா அஞ்சாங் கிளாஸ் படிக்கும்போ செத்து போயிட்டான். அந்தாள பெட்டீல கெடத்தும் போ அவெரு எப்பவும் கெட்டியிருந்த வாட்ச்ச கைல மாட்ட மறந்துட்டானுவ. யாருக்கும் தெரியாம அந்த வாச்ச நா லவட்டி பத்ரமா வெச்சிருந்தேன். அப்றோம் ஞாபகமே இல்ல. வாட்ச் இன்னும் ஓடுதோ என்னவோ, தாத்தா எப்பவும் ஓடீட்டே இருந்தான். ஊருல மதிப்பும் மரியாதயோடும்னு சொல்லுவாவ இல்லா அந்த மாரி. சொசைட்டி ஆபிஸ்ல அவெனுக்க பெயர பதிச்சு வெச்சது எதுக்கு ஏன்னு தெரியல, இப்போ எல்லாத்தயும் அழிச்சி புதுசா கட்டீட்டானுவ. தாத்தாவும் நெஜமாவே செத்துப்போயிட்டதா அப்போ தா நெனச்சேன். அவுரு காலத்துல கொள்ள நோய் வந்துச்சாம். எல்லோரும் நோய்க்கி பயந்து எங்கிருந்தெல்லாமோ எடத்த மாத்துனாவளாம். இவுரு ஊட்டீல தேயில தோட்டத்துல வேல பாத்துட்டு இங்க குடியேறுனாருனு முன்னாடி சொல்லத கேட்டுருக்கேன். இப்போ சொல்லதுகூட நின்னாச்சி. கரைக் கோட்ட பத்தி சொல்லதுக்கு எதுவும் இல்ல. திருவனந்தபுரம் போற நெடுஞ்சால கிட்ட வக்கலை தாண்டி உள்ள ஊரு இது.

ரோட்டுல எந்நேரமும் வண்டியும் குண்டியுமா போனாலும் கரைக்கோட்டு ஏத்தம் வந்துட்டா முக்கி மொனங்கி தா எல்லாவனும் போவணும். அவ்வளவு பெரிய ஏத்தம் இது. அதே போல நட்டற எறக்கமிது. ரோட்டுப்பாலத்த தாண்டுனா எடப்பக்கமா ஒத்த கல்லுல செஞ்ச இல்பர்டின் தூண் ஆத்துல வெறச்ச குஞ்சி மாரி நிக்கும். கரைக்கோட்டுக்கு அதுதான் அடையாளமே.

இல்பர்டின் செத்து எத்தன வருசமிருக்குமோ? அவென் உண்ம பெயரு படச்ச பின்கோவுக்குகூட தெரியாது. அதாவது, அவனுக்கு கடவுளே வெச்ச பெயரு தா இல்பர்டினாம். அது யனக்கு தெரியாதில்ல. இந்த ஊருல இருக்க நாய்ங்க கத கதயா அளந்து விடுவானுவ...ஆனா இப்போ இல்பர்டின் செத்து எத்தன வருசமிருக்கும்? அந்தக் காலத்துல இந்தத் தொல்லியல்துறை எல்லாம் வர்றதுக்க முந்தியே இல்பர்டின் கண்டுபுடிச்ச விசயங்கள் கரைக்கோட்டுக்கு எவ்வளவு பெரும சேத்துச்சுனு அப்போ இல்பர்டினுக்கே தெரிஞ்சுருக்காதில்ல? எங்க வாழ்க்கய பாத்தா அவென் உயிரோடியே இருந்தாலும் ஓடி ஒழிஞ்சுக்குவான்.

இந்த ஆத்த பத்தி என்னென்னவோ கத சொல்லுவாவ. எந்த அளவுக்கு உண்மனு பிரிச்சி பாக்க முடியாத அளவுக்கு ஊர் காரனுவளுக்க கதயானது நமத்த ஊள கதயா இருக்கும். நம்ம இப்போ வாழுற காலமில்ல அந்தக் காலம். இருட்டுக்கும், வெளிச்சத்துக்கும், தீப்பந்தத்துக்கும் தெரியுற குருட்டு பாதைல வால் நட்சத்துரத்துக்க சாமானத்த கண்டாலும், மழ அதிகமா பெஞ்சாலும், நோய் பரவுனாலும், மொலய வினோதமா துணி மறச்சாலும் கொலையும், சாவுந்தான் நெலச்சி நடந்தேறுன காலம். ஒரு படி மேல சொல்லணும்னா பயத்துக்கெல்லாம் பயங்கரம் பதுலா அமஞ்ச காலம்! அப்டிப்பட்ட காலத்துல இல்பர்டின் சின்ன பயலா சுத்தீட்டு திரிஞ்சான். மத்த பயக்களோட இவனுக்கு அவெனோட கை தா வித்தியாசப்பட்டு தொங்கிச்சு. அவெனுக்க எடக்கை காண்டா மிருகத்துக்க கொம்பு எப்டி உருவாச்சோ நூத்துக்கு நாப்பது சதவீதம் சரியா முடியும் தசையும் பின்னி பெணஞ்சு, வெரலெல்லாம் ஒட்டி கூராவி நல்ல தேக்கு கட்ட கணக்கா இருந்துச்சி. இந்த தாயோளி பிரெசிவிக்க சமயத்துல வழுக்கி வந்தாமில்லா அந்த வேகத்துலயே நாசமாபோன கை

தள்ளைக்க... தள்ளைக்க யோனிய கிழிச்சுட்டு. ரெத்தப் போக்குலயும் வலிலயும் அவ செத்துட்டா புண்ணியவதி... ஆமா புண்ணியவதி!

மரபு வழக்கப்படி புள்ள பெத்த பொம்பள எந்த வயசுல செத்தாலும் அந்தப் பொம்பளைக்க புருசனோ, புருசென் இல்லேணா தவெப்பனோ, இல்லேணா ரெத்த வழி ஆம்புள எவனாவது செத்தவளுக்க வயித்த ஓங்கி சவுட்டு சவுட்டி ஒத்த சைடா சடலத்த படுக்க வெச்சு பொதச்சீரணும். இல்பார்டினுக்க தள்ள இருக்காளே அவ உண்மயிலேயே ஒரு சுந்தரி. இன்னைக்கு கரைக்கோட்டு மியூசியத்த போய் பாத்தா அவளுக்கு இல்பார்டின் பொறவு செதுக்குன செலையும் டச்சுக்கார தாயோளிங்க வந்த பொறவு அவென் ஆசபட்டபடியே செலைய பாக்காம பிரான்சிஸ்கோ விரிகுலோ பெயிண்டர் வரஞ்ச ஓவியத்தயும் பாத்தோம்ணா ரெண்டுமே அச்சு அசலா ஒண்ணு போலவே இருக்கும். வேற வேற காலத்துல ரெண்டு வித்தியாசமான கலைல அவனுக்க மொகம் தெரியாத தள்ளைய இல்பார்டினால இன்னொரு மனுசனுக்க மூளயயும் கையயும் கொண்டு தனக்க விவரிப்புல அதுவும் அந்தக் காலத்துலயே கொண்டுவர முடிஞ்சுனா அவென் எப்பேர்பட்ட ஆளுனு பாத்துடுங்க.

அப்போ அதிசய கொழந்த ஒண்ணு பொறந்துருக்குனு இந்த புண்டாமவன பாக்கதுக்கு எங்கிருந்தெல்லாமோ ஆளுவ வந்து. மகாராஜா குச்சங்காளிக்க காதுல மொதல்லயே சங்கதி விழுந்தாலும் இந்த சோதிடனுவ இருப்பானுவ இல்லா அவெனுவ ஒண்ணுகூடி பிள்ளைய பாக்க விடாம தடுத்தானுவ. காணாதுன்னு கொழந்தய கொன்னுரணும்னும், செத்த பிள்ளைக்க கட்டி ரெத்தத்தால மூஞ்சிய கழுவீட்டு பொணத்த ஆத்துல வீசணும்னும் ஐடியா குடுத்துருக்கானுவ. இந்த மகாராஜா குச்சங்காளி தேவிடியா பய எவள ஓத்த நல்ல மனநெலைல இருந்தானோ உயிர் போற விசயத்த பத்தி ஒடனேயே முடிவெடுக்காம விட்டுட்டான். ஏன்னா, அப்போ தா குடிசேகரத்துலயிருந்து வார சமயம் கொலுசு சத்தத்தையும், இவேன் மயிறடஞ்ச மூஞ்சிய மறவா கிண்டலடிச்ச சிரிப்பு சத்தமும் ஒரு சேர கேட்டிச்சி. ஏளனச் சிரிப்ப தொளச்சி தொளச்சி ஒப்பு மொனகலாக்க களத்துல எறங்கீருப்பாங்கது யங் கணிப்பு.

அதாவது, மகாராஜாக்க பல்லக்கு வருதுன்னு ஊருகள்ல செய்தி

வந்தாலே பொம்பள புள்ளய பெத்தவனுக்க குடும்பம் கதி கலங்கி போயிருமாம். தூக்கிட்டுப் போனா போனதுதானாம். அரண் மனைல எதிர் எதிரா கதவு அமைக்காத கக்கூஸ்ல தூறீட்டு, நல்லா தின்னுட்டு, மூலிக மரங்க உண்டில்லையா அதெல்லாஞ் சீவி சேத்து செஞ்ச கட்டுலுல கெடந்து பொரண்டு இன்பமா ஒத்தாலும், கூட்டீட்டு வந்த பொண்ணுக்க விருப்பமில்லாது ஒருத்தேன் இழுத்துட்டு வந்தானா அரண்மன கூட அவளுக்கு அது ஆடம்பர செற தானே? இந்தப் புத்தி டாக்டரேட் முடிச்ச தாயோளிமவனுளுக்கு கூட இன்னு புரியதில்ல.

என்ன எழவோ, மத்தவென் இவள மயக்குனானோ இவா அவன மயக்குனாளோ அந்த வரலாறு மண்ணுக்க அடிலயோ கொளத்துக்க ஆழத்துலயோ கெடக்குனு வெச்சுக்குவோம். கொடூரமும் கோட்டித்தனமும் உள்ளவென் பொறந்த கொழந்தய கொல்லதுக்கு சம்மதிக்கலேணா என்னவோ சம்பவம் நடந்துருக்குனு தானே அர்த்தம்? அரண்மன சோதிடனுவ சொன்னது மாரி மூஞ்சுக்கு மூஞ்சு பாத்தா தானே பிரெச்சனைனு விட்டுட்டான். இல்பர்டினோ, அவெனுக்க தாத்தாக்க பராமரிப்புல இங்க ஊருலயே வளந்தான். அந்தக் கெழட்டு குண்ணையன் பாவம். கடுகடுத்து பயல வளத்தாலும் ஒருக்காலும் பட்டினி போட்டது இல்ல. வருசம் போக போக அத்தனயும் மாறீட்டு.

வெள்ளக்காரனுவ கப்பலுலயிருந்து வந்தானுவ. அவெனுவ கூட மகாராஜா குச்சங்காளி போட்ட ஒப்பந்தப்படி பழையது போல மகாராஜாக்கு அதிகாரம் எதுவும் இல்லாம போயிட்டு. பின்ன துப்பாக்கி வெச்சுருக்கவனுவ கிட்ட எவெனும் வியாபாரம் செய்யக்கூடாதுனு மிராசுமாருக்க கூட்டத்ல சும்மாவா கத்துனான். அவென் உத்தரவ எவென் மதிச்சான்? வேற வழியில்லாம பதவிக்கு வாழனும்னு ஆயிட்டு.

ஒருநாளு மகாராஜா வழக்கமா நாட்ட வலம்வார சடங்க முடிக்க பல்லக்குல ஏறி பரிவாரத்தோடி கரைக்கோட்டு பக்கமா வந்துருக்கான். அவெனுக்க கெட்ட நேரத்துக்கு பல்லக்க தூக்கிட்டு வந்தவனுள ஒருத்தேன் நெலதடுமாறி மத்தவன் மேல சரிஞ்சான். பல்லக்கு கவுந்துட்டுனா மகாராஜா வெளிய விழுந்துருவான். மகாராஜா வெளிய தொப்புனு விழுந்தா சடங்கே நாசமாயிருமில்லையா? கூட்டத்துல வேடிக்க பாத்த எளம்

இல்பர்டின் அவனுக்க கூர் கையால பல்லக்க தாங்கி புடிச்சுட்டான்; மகாராஜாவும் பயல பாத்துட்டான். இல்பர்டினுக்க மூஞ்ச கண்டதும் கொழந்த இல்லாம பொண்டாட்டிகளயும் வெப்பாட்டி களயும் சொந்தமா வெச்சுருந்த மகாராஜாக்கு ஒருவித பாசம் வந்துட்டு. சோதிடத்துக்க மேல இவென் நம்பிக்க எழந்தானா இல்லாட்டி சோதிடம் இவென் மேல நம்பிக்க எழந்துச்சானு தெரியல. அரண்மனைக்குப் கூப்பிட்டு பயலுக்கு ராஜ விருந்து கொடுத்தது மில்லாம அங்கேயே தங்கி கண்ட கருமங்கள படிக்கவும் வெச்சான்.

இல்பர்டின் ஒரு தத்துவவாதியா இல்ல ஒரு அறிவியல் ஆளுமையா இல்ல வேற மயிறுகள ஏறுன எறும்பானு யனக்கு தெரியாது. நா நெனைக்கேன் அவென் மனசு எதுலயும் நெலச்ச துல்லேனு. யனக்கு எது ஆச்சரியம்னா இல்பர்டின இன்னைக்கு எல்லோரும் பெரிய புரட்சியாளனா கொண்டாடதுதான். 'புரட்சியாளர் இல்பர்டின் வழியில்னு' மேடைகள்ல பேசத கூட கேட்டுருக்கேன். டி.வில எப்போவோ அவன கண்டுபுடிப்பாளர்னு சொன்னானுவ. ஆனா ஆளு உண்மயில கண்டுபுடிச்சது என்னவோ பொணங்களதான். அவெனுக்க கண்டுபுடிப்பால வெடிச்ச கலவரமும் பொணங்கள்ல தா போய் முடிஞ்சி.

இன்னைக்கு மாதிரி ஆளுவ அண்ணு ஆத்துல குளிக்க வழக்கமே கெடையாது. கொடத்துலகூட தண்ணிய எடுத்துட்டு போவக் கூடாதாமே. அதுவும் இவென கண்டா இத்தன அடில தள்ளி நிக்கணும்னும் அவென கண்டா அத்தன அடினும் தீட்டுதிசா சட்டமிருந்தாமே. ஆக, புனிதமான ஆத்த தொடப் புடாது. ஏன் கை வெரல்கூட தண்ணில படக்கூடாதுனு சட்டம் போட்டுருந்தானுவளாம். வெள்ளக்காரேன் அந்தச் சட்டத்த கண்ணுங்காணாம ஒளிச்சி ஒளிச்சி மீறித் தா ஆரம்பத்துல இருந்தானுவ. இந்தச் சமயத்துல மகாராஜா மர்மமா செத்துப் போறான். வேட்டைல காயம் பட்டுனு சொல்லுவாவ. செலர், வெசம் வச்சி கொன்னுட்டதா சொல்லுவாவ. அவென் செத்ததும் ஆளுற சீட்டுக்கு சண்ட போட ஆரம்பிச்சானுவ. இல்பர்டின் அந்த வயசுல இயற்கை மயிறுனு பைத்தியமா திரிஞ்சிட்டுருந்தான். வழக்கம் போல கரைக்கோட்டு ஆத்தங்கரைல நடக்கப்ப ஓரமா மொளச்சியிருந்த தொட்டாச் சுருங்கி செடிய கண்டு நின்னான் போலிருக்கு. இவென் நேரத்துக்குணு கர இடிஞ்சு விழ, நேரா

ஆத்துக்குள்ள விழுந்தான். ஊரெல்லாம் கூட, ஆத்துக்குள்ள விழுந்தவேன் கொஞ்ச நேரங் கழிய மேல் மட்டம் வந்து காத்த முழுங்கீட்டு மறுபடியும் உள்ள போனான். தனக்க கூர் கையால மனித அளவுல செஞ்ச இரும்புக்கூடயும் அதுக்குள்ள இருந்த எலும்பயும் தூக்கி கரைல கொண்டு வெச்சான். பொதுவா ஆறு நாறிருக்கணும். கொன்னுட்டு எலும்ப வெச்சது தா நாறாததுக்கு காரணம்னு இப்போ ஆராய்ச்சிகள் சொல்லுது. சந்தேகம் வலுத்த இல்பர்டின் கொழப்பத்துல இருந்துருக்கான். வெள்ளக்காரனு வளுக்கு தகவல் போக மயிறா போச்சுனு இதாஞ் சாக்குலேனு ஆத்துல அத்தன பேரும் குதிச்சானுவ. கிட்டத்தட்ட மூவாயிரம் இரும்புக்கூடு எலும்போடியும் எலும்பில்லாமலும் கண்டெடுத் தானுவ. உரிமைகள நிலை நாட்டணும்னு கூடுன கூட்டம் இல்பர்டின கொண்டாடிச்சு. அவெனும் வெவரம் தெரியாம... எப்பா போதும்மா... கடைசில புரட்சி மயிறுனு சுட்டு பட்டு ரவுத்தி காட்டுப் பக்கமா செத்துப் போயிட்டான். அவென சுட்ட பொறவும் அவென் சாவலேணும், எழும்பி எல்லாரையும் கொண்டு போவேனு பேயா கத்தீட்டு ஒடம்பு ஆவியாயி பறந்ததா ஒரு செவிவழி செய்தி உண்டு. ஆகமொத்தம் கரைக்கோட்டுல இல்பர்டினுக்கு, நாடு சொதந்திரம் அடஞ்ச பொறவு தியாகினு பட்டமும் அஞ்சல் தலையும் வெளியிட்டு ஓடுற ஆத்துலயே இரும்புத்தூண அவெனுக்க கூரான கை வானத்த நோக்கி பாஞ்சி குத்தது போல எழுப்புனானுவ. இன்னைக்கு அந்தத் தூணுக்கு எப்போவாது மால போடதுக்கு பந்தபஸ்தோடி கூட்டம் கூடும். அப்போ மட்டும் பாசிய சொறண்டி, அரிச்சு போகாம இருக்கதுக்கு என்னெல்லாமோ கெமிகல்ல தேய்சி பராமரிப்பானுவ. அதுக்கப்புறம், அந்த இரும்புத்தூணும் வழக்கம் போல பாசி படிய தொடங்கீரும் அதுக்க கொணமே அதுதானே.

4

செல நேரம் யோசிச்சுருக்கேன், இந்த ஆத்த அப்டியே பின் தொடர்ந்து போவணும்னு. இல்லேணா மேல் நோக்கி இது எங்கயிருந்து உருவாவுதுனு போய் பாக்கணும்னு. சைக்கிள எடுத்துட்டு எத்தன ஊரயும் பாலத்தயும் கடக்கதுக்கு? நேரா

ஓச்சிப்பாறைக்குப் போயிட்டா தெரிஞ்சுரும்னாலும் அத தெரிஞ்சுக்கதுல எந்தப் பயனும் இல்லேணு புரியும்போ இந்த சாகச ஆசையெல்லாம் அடங்கீரும். தண்ணி அணைலயிருந்து வந்தா என்ன? அக்குளுக்குள்ள இருந்து வந்தா என்ன? சுத்தியும் வாழ, தென்ன, ரப்பருனு வளந்து செழிச்சி நிக்கீனா இந்த ஆறு இல்லாம எதுவும் நடந்துருக்காதே.

அதென்னமோ உண்ம தா. கரைக்கோட்டுக்க காப்பி தீட்டுன, பச்ச ரத்தம் தா இந்த ஆறு. இது ஓடனால கண்ணங்கொளம் பச்ச பச்சேனு மினுங்குவ். இது ஓடனால யனக்க வீட்டு கெணறு நெறஞ்சு நிக்கி. இயற்கைங்குற விபச்சார தாயோளிப் பய மணல் படுகைல எப்டி கெடந்தா நமக்கென்ன; நமக்கு தேவ ஊம்பதுக்கு அவனோட சாமானம்தானே. யனக்கு என்னேணா ரெண்டு கர ரோட்டையும் பிரிச்சு நிக்க இந்த அமைப்பு மேல தான் ஈர்ப்பே! சீரான ரோடும் இல்ல சீரான கரையும் இல்ல. அதுக்க பாட்டுக்கு வளஞ்சி நெளுஞ்சி ஓடத காணும் போ அடிக்கடி தூக்குல தொங்கணும்னு தோணதும் சரிதான்னு நெனப்பேன்.

நா இப்போ இங்க நிக்கேன் இல்லா இங்கயிருந்து ஆத்தோட ஓட்டத்துக்கு எதிரா மேலோடி போனோம்னா கீழச்சல் பாலம் வரும். அப்டியே மேக்க நடந்தா கீழச்சல் சந்த வரும். மெட்டல் ரோட்டுல கொஞ்சம் கூட மேல நடந்தா நா படிச்ச பேக்டரி. அதுக்க தள்ளி அக்கா படிச்ச பேக்டரி. இந்த பேக்டரி பத்தி நெறைய கத செத்துப் புளுத்து நாறீட்டு கெடக்கு. பத்து வருசம் கழிச்சி யோசிக்கதுனால எல்லாமே உயிரோடி இருக்கதா யனக்க அலுமினிய நெஞ்சு சுகமா வருடுது. பொய் சொல்லல. சிரிக்காதுங்க, உண்மையாட்டு தான்.

பழைய கலாச்சார மரபு படியா இல்ல வேறெந்த காரணத்தாலயா ஆம்பளைளுக்குத் தனி பேக்டரி பொம்பளைளுக்குத் தனி பேக்டரினு பிரிச்சி வெச்சானுவளோ தெரியல. பலாத்காரம் பண்ணீட்டு கழுத்தறுத்து ஆத்துல விசீரப்பிடாதுனா இல்ல காதல் பண்ணீட்டு ஓடி போயிரக் கூடாதுனானு மொதல்ல கோவமும், சந்தேகமும் வலுத்துச்சி. பொறவு ரொம்ப தாமதமா தா புரிஞ்சுது படிக்க பருவ பயல்வளுக்கும், பிள்ளைளுக்கும் இவனுவ இப்டி பிரிச்சி வெக்கல. மாறா, சொல்லிக் குடுக்க வாத்தியானுவளுக்கும் வாத்திச்சிமாருவளுக்கும் பயெந்து தா ஆம்பள பேக்டரி பொம்பள

பேக்டரினு பிரிச்சி வெச்சுருக்கானுவேனு. என்னதான் பிரிச்சி வெச்சாலுமே இரு பாலும் சேந்து படிக்க பேக்டரில வாத்தியானுவ மொலயயும், குஞ்சையும் அமுக்காங்கனா எங்க மண்ணுல வாத்தி தொழில் எவ்வளவு சக்தி வாய்ந்த தொழில்னு பாத்துகிடுங்க. நம்பலேணா பேப்பர வாசிங்க.

இந்த பேக்டரிகள்ல ஒருவித உருவாக்கலுக்கான மூல தனத்தையே உருவாக்க தன்ம இருக்கதா அந்தக் காலத்துலயே நம்ம கிலாலிகள் எழுதி வெச்சுருக்கானுவ. அஞ்சாங் கிளாஸ் படிக்க வர கரைக்கோட்டு ஆண்பிள்ளைங்க நிக்கர் தா பள்ளிக்கூடத்துக்குப் போட்டுட்டு வரணும். ஆறாங்கிளாஸ்ல இருந்து தா பேண்ட் போடணும். இல்பர்டினுக்க பொறவு வந்த கிலாலிகள் இந்த சட்டத் திட்டங்கள எழுதுனதா சொல்லுவாவ. எதுனாலயோ எழுதுனவனுவ மட்டுங் கோமணத்தோட ஒரு கம்பையும் புடிச்சுட்டு பின்னாடி நூறு வாட் ஹேலோ பல்ப் எரிய போசா நின்னுட்டானுவ. என்னயிருந்தாலும் கிலாலிகள கொறச்சு மதிக்கப்பிடாது அவங்க மண்ட தனி மண்டதான்.

உதாரணத்துக்கு, பொம்பளேலுக்க கண்ண பாத்து பேச முடியாதவங்களுக்கு கிலாலிகளோட புதிய தொடர்பு வித்தை யானது, மார்புல பொடச்சு நிக்க மத்த ரெண்டு உண்ணிக் கண்ண பாத்து கூட பேசலானு மனித குலத்துக்கே நேரடி தகவல் தொடர்பு பரிமாற்றத்துக்கு நவீன எண்ணைய தடவி பளபளப்பாக்குனாவ. இது பெருமையான சமூகம் இல்லையா? நல்ல வழில முன்னேறிட்டு வார சமுதாயம் இல்லையா? அதனால, அஞ்சாங் கிளாஸ் முடிச்சி ஆறாங் கிளாஸ் போறத நெனச்சி சந்தோசமாவும் பதற்றமாவும் யனக்கு இருந்து. ஏனா, ஆறாங் கிளாஸ் போறதுங்கது ஒரு புது பொறப்பு. அப்போ அக்கா எட்டாங்கிளாஸோ ஒம்பதாங்கிளாஸோ நெனவில்ல. அப்போ தா சடங்கானா. கேட்டுகிடுங்க வயசுக்கு வந்த பொறவு அவ ஆளே மாறிட்டா. வீட்டுலயும் யன்ன பெத்த கூதிங்க நடந்துக்க வெதமும் மாறிச்சி. அத எப்டி சொல்லதுக்கு...ஆங் இந்த நிலாவ கேக்கு போல வெட்டி இயிரானுக்கு படச்ச புராண கத இருக்கில்லா அந்த மாதுரி. புரியும்படி சொல்லதுக்குனா கோலம்போடது எப்டிக் கணக்குப் பாடத்தோடி தொடர்பு வெச்சிருக்கோ அதே போல தா.

எங்க பேக்டரிய தாண்டி அவ பேக்டரிக்கு போவும்போ குனிஞ்ச

தலையோட போவது அப்போ யனக்கு அந்நியமா படல. யாண்ணா எங்க ஊரு பொம்பளைஊக்கு அம்பது வயசு கழிஞ்சுட்னா கழுத்துல ஒரு கட்டி வந்துரும். பள்ளி பருவத்துல இப்டி குனிஞ்சி நடக்கதுலயிருந்தே தா இது தொடங்குதுனு யனக்குத் தெரியும். வேற எந்தப் பயலுவளுக்கும் தெரிய வாய்ப்புண்டானு தெரியல. யனக்க அக்கா இப்போ உண்டுனா அமைதியான சைக்கோ கொலகாரியா மாறீருப்பாளோ? இல்ல சந்தோசமா எல்லாத்தையும் ஏத்துட்டு நிம்மதியான குடும்ப வாழ்வ தேர்ந்தெடுத்திருப்பாளா? யனக்குத் தெரியல. ஆனா, அவளோட அமைதி... இப்போ யனக்கு நல்லாவே புரியுது.

ஆறாங்கிளாஸ் போகுறப்போ தோணுன சந்தோசமும், பதற்றமும் நாளுக்கு நாள் பயமா உருமாறீட்டு. இந்த பயத்துக்கு காரணம் பேக்டரிய நடத்தீட்டு வந்த பிரின்சிபல் நாதர் பிரான்சிஸ் சேவியர் சி.சா தா. ஆளு நல்ல அண்ட கறுத்த நெறம். முழு நீள அங்கிய உடுத்திட்டு பத்து மயிலுக்கு அப்பால வந்தாலும் ஆளு இவருதான்னு கண்டுபுடிச்சுருலாம். குறிப்பிடுறபடியா அவரு தெறமையான பேச்சாளர். மனுசென் மேடைல ஏறி பேசத் தொடங்கிட்டானா ஹிட்லர் தோத்துருவான். அவரு பேசத கேட்டு திக்குமுக்காடி அவரு எத சொன்னாலும் வீரியமா செய்ய நெலமைக்கு கேக்க நாங்க போயிருவோம். அப்டியொரு காந்த சக்தி உள்ள மனிசென்! ஒரேயொரு பிரெச்சனை. அதுயென்னேணா பிரான்சிஸ் சேவியர் சி.சா (சினுக் சார்பீஸ் நாதர்கள சுருக்கமா சி.சானு கூப்டது வழக்கம்) அதிகமா பயலுவள மெரட்டுவாரு.

அதிகார மிடுக்குல குஞ்சுல தண்ணியே வந்துருக்காத சின்ன பயலுவள மெரட்டதும், எவனாவது தப்பு பண்ணா தாய், தவொப்பன கூப்ட்டு வரச் சொல்லி காட்டுக் கத்தல் கத்தி அசிங்கப் படுத்ததும், சேட்ட பண்ண பயலுவள அசைலம்-பேக்டரில மாத்தி விடதுமா நூறு சதவீத தேர்ச்சிய குடுக்கதுக்குத் துணிச்சலான முடிவுகள எடுக்கக்கூடிய ஆளும கொண்ட நாதர். பொதுவா நாங்க (தாதார்கள நாதர்கள்னு அழைப்போம்) அவர் இந்த மாதுரி இருந்தது வாத்தியானுவளுக்கும் பெரிய உத்வேகத்த கொடுத்துச்சி. யனக்க கண்ணுல பேக்டரியானது நாளுக்கு நாள் கொடூர ராச்சஸ பாம்பா மாறீட்டு வர்றதா தெரிஞ்சி.

பேக்டரில படிக்க ஒவ்வாத பயலுவள நேரா அசைலத்துல

மாத்தீருவானுவ. அங்க அசைலத்துல சங்கிலியால கெட்டிப் போட்டு பாடம் நடத்துரது, எரிச்சல் தரும் கெமிக்கல்கள கண்ணுல தேய்ச்சி தூங்க விடாம ராவு முழுக்க படிக்க வைக்கது, அதுவும் வழிக்கு வராத பயலுகளுக்க விதைப்பந்துல கரெண்ட் சாக் குடுத்து ஒழுக்கமான செயல்கள மூளைல பதிய வைக்கதுனு நெறயவே நடக்கும். வெளிய வரும்போ நெனவுல டார்ச்சருக்க சொவடே இருக்காது. அதான் சயின்டிப்பிக் ஹைலைட்டே!

பேக்டரில எப்டினா நாப்பத்தி அஞ்சு நிமிச வகுப்புல கொஞ்சம் அசந்தாலும், கிளாஸ் டெஸ்டுல மார்க் வாங்கலைனாலும் வாத்தியானுவ பெரம்ப வெச்சி விளாசி தள்ளீருவானுவ. கிட்டத் தட்ட எல்லா வாத்தியார்களும் பிரம்பும் கையுமா தா அலைவாவ.

யன்னால அப்போ பேக்டரியோட விதிகளுக்கும், வழக்கத்துக்கும் பொருந்திப் போவ முடியல. ஏன்னா நா ஒரு 'ஆண்மகனா' அப்போ மாறியிருக்கல. வெளையாட்டா செஞ்ச விசயத்துக்கு எல்லாம் நல்லா அடி கெடச்சுது. அக்கா படிச்ச பேக்டரிலயும் இதே நெலமையா தா இருந்துருக்கும். அதானால தா அவ அப்டி மாறிட்டாளோ? அவ படிச்ச பேக்டரிய சுன்மயூஸ் கன்யாஸ்தூரம மாருவ நடத்தீட்டு வந்தாவ. பக்கத்துப் பக்கத்துல இந்த ரெண்டு பேக்டரியும் இருக்கதுனால எங்க பேக்டரிய சாய்ங்காலம் மொதல்யே விட்டுட்டு, அவங்க பேக்டரிய அரமணி நேரங் கழிச்சு தான் விடுவாவ. வயசுப் பயலுவள நமக்கு தா தெரியுமே பேக்டரி விட்டதும், பேக்டரிய ஒட்டியிருக்க கடைகள்ல காத்திருந்துட்டு அவளுவள பாத்துட்டுதான் போவானுவ. இதனால எந்தவித பாதிப்பும் ஏற்படலேனாலும் வவுத்துல புள்ள குடுத்த கேசும், காதல் மெசேஜால வீட்டுச் சண்டைகள் அங்கொண்ணும் இங்கொண்ணுமா நடக்காம இல்ல. நெறியும் குறியும் நொட்டுன நாடில்லா அப்டி தா இருக்கும்.

பிள்ளைகளோட படிப்பானது இப்டி பருவ வயசுல வர்ற செயற்கையான பாலின ஈர்ப்பால பாழ்படுதேனு நெனச்ச நாதர் பிரான்சிஸ் சேவியர் சி.சா இத தடுக்கதுக்கு ஆசிரியர் ரசூல் ராஜ் தலைமல ஒரு குழுவ அமைச்சி பருவ வயசுல ஆண்களுக்கு பெண்களின் மேல் வர்ற ஈர்ப்ப தடுக்க மொயற்சி பண்ணாரு. அதுபடி சாய்ங்காலம் பேக்டரி-நேரம் முடிஞ்சதும் எல்லோரும் வீட்டுக்குப் போயிரணும். எங்கயும் நிக்கப்பிடாது.

கடைகள்ல நிக்குற பயலுவள ரசூல் ராஜ் தனக்க நீள ஒல்லி பெரம்பால பின் தொடைய வீங்க வைக்கதும், நாய சங்கலியால இழுக்கது போல பயலுவளுக்க பேக்டரி அடையாள அட்டய இழுத்துப் பெயர குறிச்சி அடுத்த நாள் தாய் தவெப்பன வர வெச்சி பேக்டரியோட கண்ணியத்த இந்தக் குழு காப்பாத்த அதிரடியா செயல்பட்டு. இதோடி நிக்காம அப்போ வயசுக்கு வந்துராத யன்ன மாதிரியான பசங்களுக்கு வயசுப் பெண்கள் மேல ஏற்படுற ஈர்ப்பின் தீமைகள வெளக்க ஆரம்பிச்சாவ.

நாதர் பிரான்சிஸ் சேவியர் சி.சா உண்மையிலேயே நெறய கத்து மத்தவங்களுக்கும் கத்துக் குடுக்குற புனிதத் தன்மையுள்ள தங்கமான மனுசென். ரெண்டாம் ஒலகப்போரால பாதிக்கப்பட்ட எல்லா நாடுகளுக்கும் போயி, உளவியல் பத்துன ஆராய்ச்சியில் ஈடுபட்டு அதுல முனைவர் பட்டமும் வாங்கியிருந்தாரு. ஆளு வெறுமனே ஒரு படிப்பாளி கெடையாது. அவெரு ஒரு சிந்தனா வாதியும்கூட. பெண்களின் மீதுள்ள உடலியல் ஈர்ப்ப பருவ ஆண்களோட மனசுலயிருந்து புனிதப்படுத்தி தொடைச்சழிக்க மானசீகமா பெண்ணுவள இழிவுபடுத்துனாலே போதும்னும், அத ஆறாங்கிளாஸ் ஏழாங்கிளாஸ் பயலுவளுக்க மனசுல புகுத்தீட்டா சரியாயிரும்னு அதுக்கான பாடத்திட்ட வரைவுகள இரவு பகல் பாராம முழிச்சு தயார் பண்ணி அதுக்கு பொறுப்பா ஆசிரியர் ரசூல் ராஜ நியமிச்சாரு. ஒரு நாளு எங்க கிளாஸ்க்கு வந்த ரசூல் ராஜ் எதுவும் பேசாம நேரா போர்டுல மலம்+ஜலம்= பெண்ணுனு எழுதிப் போட்டாரு. அத எழுதீட்டு எங்களப் பாத்து பொம்பளைங்க கிட்ட என்ன இருக்கு? அவளுவளும் குசு விடுவாளுக, அந்த குசு நம்மளோட குசு போல மணக்கவும் செய்யாது, ஏன் அவளுவ குத்த வெச்சு தங்க பஸ்பமா போடுறாளுக? பீய தானே குத்த வெச்சி பேலுராளுகனு நாதர் பிரான்சிஸ் சேவியர் சி.சாவோட சித்தாந்தத்த செயல்படுத்த ஆரம்பிச்சாரு.

உண்மையிலேயே இதுவொரு சிறந்த செறிவான திட்டமாக்கும். இன்னைக்கு வரைக்கும் இந்தத் திட்டம் யனக்கு ஒதவுது. எப்டினா, இந்தப் பரல் உப்புல முட்டாங்கால் போட்டுப் படிச்சதுனால நா ஒரு டாக்டர் ஆகிட்டேன்னு பெருமையா சொல்லுவாங்க இல்ல அந்த மாதிரி யனக்கும் ஒதவுது. ஆனா, ரசூல்ராஜ் ஏன் ஒரு மலங்கழிக்குற குசு நாறுற பெண்ணுகக்கூட கல்யாணம்

பண்ணாருனு அண்னைக்கு கேட்டிருந்தா மொதல்லயே நா அசைலத்துக்குப் போயிருக்கணும். நல்ல வேள கேக்கல. இது மட்டும் இல்ல பேக்டரி நாட்கள்ல பாட டவுட்டுகள் எதையுமே அடிப்பாவளோனு பேடிலயே கேக்காதது ரொம்பவே நல்லதா போச்சு. அடி மிச்சம்!

நல்லது எப்டி நெலைக்கும்? பெண்ணுங்க பேக்டரிலயும் இதே மொறைய செலத அங்கங்க மாத்தி செயல்படுத்துனது யனக்க அக்காவோட கொணத்துலயே தெளிவா புரிய ஆரம்பிச்சுது. அவ நெஜமாவே கீழ்படிஞ்சு நடந்தாளானா? அந்தப் பெரிய கேள்விக்குறி யாருக்க குண்டி போல இருக்கோ? சிறுசா உருவான நாதர் பிரான்சிஸ் சேவியர் சி.சாவோட இந்தத் திட்டத்த மொத்த மாவட்டமும் கையாள தொடங்கிச்சி. இதுக்காகவே கவர்மென்ட் இவெருக்கு சிறப்பாசிரியர் விருதும் கொடுத்து கவுரவிச்சிது.

இந்தப் பெரம்புகளுக்க அளவும், வகையும் அந்தக் காலத்துல யன்னைய கவர்ந்து. வாத்தியானுவளுக்க பெரம்ப தொட்டு பாக்கணும்னு யனக்கு ரொம்ப ஆசையா இருந்து. இந்தப் பெரம்புகளுக்கு பதிலா லூகர் எட்டு ரக கைத்துப்பாக்கி ஒண்ண குடுத்துருந்தா எவ்வளவு நல்லாயிருந்துருக்கும்! நெனச்சு பாருங்க. ஒவ்வொரு வாத்தியான், வாத்திச்சுமாருக்க கிட்ட இந்த கைத் துப்பாக்கிய கொடுத்துட்டா அசைலமும் வேண்டாம், போலீசும் வேண்டாம். சமூகத்தோடி ஒத்து வராத அரப் பிரசவக் கூதிகள வாத்திமார்களே சுட்டுக் கொல்லதவிட வேற பெரும என்ன வேணும் பெத்த தாயோளிகளுக்கு? இவென் தொடர்ந்து சேட்ட பண்ணானா? இவா ஆம்பள பயலுவள்ட்ட பேசாளா?; எடு துப்பாக்கியனு சுட்டுத் தள்ளீட்டு பேக்டரி கிரவுண்டுல பொதச்சி; பேக்டரி சார்பா சர்டிபிகேட்டும் மாசா மாசம் பென்சனும் குடுத்தா போதுமே!

ஆனா ஒண்ணு இல்பர்டின் மட்டும் இப்போ உயிரோடி இருந் துருந்தா கார்ல் மார்க்ஸ ஒத்த கையால குத்தியே கொன்னுருப்பான். கார்ல் மார்க்ஸுக்கு இதெல்லாம் தேவதான். எங்க நாட்டுக்கு வந்து குடியேறி ஒரு புத்தத் தொறவியா காலத்த கழிக்க வேண்டிய விதி. செலர் சொல்ல கேட்டுருக்கேன் கார்ல் மார்க்ஸ் நெஞ்சுல கத்தியால குத்துன தழும்பொண்ணு கெடக்கும்னு. யாராவது கண்டீளா?

5

ஒவ்வொரு வாத்தியாரும் அவரவருக்க விருப்பத்துக்கு ஏத்த மாரி பெரம்பு வெச்சுருப்பாவ. ஒரு வாத்தியார் வெச்சுருக்க பெரம்புக்கும் அந்த ஆசிரியருக்க கொணத்துக்கும் பெரிய சம்மந்தம் இருக்கலாம்னு நெனக்கேன். கபரிகூல்னு ஆங்கில வாத்தியார் ரொம்ப நல்லவர். யானைக்கால் நோயால அவெருக்க எடது காலு அவெருக்க புள்ள போல வீங்கியே இருக்கும். அந்த நோயால மனுசென் ரொம்பவே கஷ்டப்பட்டுருப்பாரு. அவரு வெச்சுருக்க பெரம்பும் கூட அவருக்க யானை கால் மாதிரியே கட்டையா தடிச்சு போய் இருக்கும். ஒருத்தருக்குனா பரவாயில்லை. குபால்டுனு ஒரு குண்டு மொழி ஆசான் உண்டு. அவருக்க வவுத்துல ரெண்டு பயில்வானுவ மறஞ்சிருந்துரலாம். அந்த அளவுக்கு தொந்தி தொங்கும். அவரு இத்தனைக்கும் நல்ல ஒயரம் வேற. அவருக்க பெரம்போ ஒல்லியா இருக்கும். அதனால தா சொல்றேன் ஏதோ சம்பந்தம் இருக்குனு. நெட்டுல இத பத்தி தேடுனா ஒலகத்துலயே ஒரே ஒருத்தி தா இத பத்தி ஆராய்ச்சி பண்ணிருக்காளாம். உண்மையோ, பொய்யோ அவ செத்ததுக்க பொறவு அவளோட ஆராய்ச்சிய அடுத்த கட்டத்துக்கு எடுத்துட்டுப் போவ யாரும் விரும்பலயாம்.

உம்மாதி கிந்தாதி சர்குஸ் புஸ்கலா
ராலுய்கா முண்டாங்ஹி ஔளால்
மரகி பூளீ ததீனி தடுவ்
வெத்திரி நடுவேஸ் கதுத் துதி
காத்திரி தோலி

- தங்குலால் கிலாலி (ஏதாடி மறைநூலிலிருந்து)

வீட்டுல அக்கா வர வர யாருகிட்டயும் பேசாம அமைதியா மாறிட்டு வந்தத நா மட்டுமில்ல அந்த ரெண்டு கிறுக்குகளும் ஒணர்ந்தாங்க. நல்ல மண்ட உள்ள ஆளுனால பாடங்கள்ல நல்ல மார்க்கா வாங்கீருவா. ஒண்ணு ரெண்டு தோழிகள தவுர வேற யாருகிட்டயும் அவ்வளவா பேச்சும் குடுக்கமாட்டா, தான் உண்டு தன் வேல உண்டுனு எப்ப பாரு படிச்சுகிட்டே இருப்பா. அப்டி படிக்க அவளால எப்டி தா முடியுதோணு பல தடவ நானே பொறாமப்படுவேன்.

சின்ன வயசுல நாங்க புறுக்கி விளாடுறதெல்லா நின்னு போனத நெனச்சு இண்ணைக்கும் வெக்கப்படுறேன். ஒருத்தருக்குத் தெரியாம மத்தவரு அவெருக்க மொகத்துக்கு நேரா சத்தமா இல்லாட்டி ஓசையில்லாம குசு விட்டுட்டு சிரிக்குறப்போ கெடைக்க சந்தோஷமே வேற. நாஸ்டாலஜிக் தேவிடியா பயலா பேசேனோ?

'எதுக்குக் கூட்டீட்டு போறீய? அவென் சும்மா இல்லா கெடக்கான்'

'நேத்து ராத்திரி உம் புள்ள எங்க போனான்? சின்ன வேலயா பாத்துருக்கான். ஒழுங்கு மரியாதையா வழிய விடு'

'என்னத்துக்கு சார்?'

'லேய் எழும்புல...எழும்பு...எழும்பு...யம்மா ஒரு சட்ட ஒண்ண எடுத்து குடு'

'யம்மா'

'நீ குறுக்க வராத'

'சார் என்ன சார் ஐயோ என் பிள்ளைய கொல்லாவளே பஸ்துவே காப்பாத்தும் யப்போ'

'யம்மோ யம்மா என்ன... ஆ... யாரு'

நா படிச்ச காலத்துல ஊடா ரிங்னு ஒரு அமைப்ப நாட்டுல உள்ள அத்துன பேக்டரிகள்லயும் ஆரம்பிச்சு வெச்சானுவ. அதனோட நோக்கம் என்னேணா, படிக்குற பயல்வளுக்கு ராணுவப் பயிற்சிய கொடுக்கணும்ங்கதுதான். ராணுவம்னாலே ஒங்களுக்கு மதப்புல பெருமையும், கர்வமும் அப்புறமா அந்த சுண்ணிக்க பேரென்ன? ஆங்... நன்றியுணர்வும் வருதுனா தயவுசெஞ்சி ஒரு நல்ல நாட்டு வைத்தியர பாருங்க. பட்டாளக் காரன கண்டா பயமும், பதற்றமும் அவென நெனச்சா வருத்தமும் வந்தா தா இயல்பான மனநெலைல நாம யோசிக்குறோம்னு நா சொல்லல அந்தாளுக ஓலைச்சுவடிகள்ல எழுதி வெச்சுருக்கானுவ. சுயங்கது நமக்கு ஏது? அதானே சுயங்கது நமக்கு ஏது?

எங்க ஊருல இந்தத் தலமுற பயலுவ பைத்தியக்காரத் தாயோளிகளா மாறியிருக்கானுவனா அதுக்குக் காரணம் புண்டய நக்கி நாக்குவிட்ட முன்னோருங்கதான். நூறு வருசத்துக்கு முந்தி

இல்பர்டின் எறந்த பொறவு கரைக்கோட்டும் அதுக்க பக்கத்துல உள்ள கெள ஊருகள்ல வாழ்ந்த கிலாலிகளுக்குள்ள தீட்டு திசா வந்தனால பதவிக்கும் அதிகாரத்துக்கும் போட்டி போட்டானுவ. இதுல என்ன ஆச்சரியம்னா நாட்டினுடைய சட்ட அமைப்ப கொலைக்காம அதுக்கு உள்ளேயேதான் போட்டி போட்டாங்க. பதவிக்கு ஒரு அணியும், தத்துவத்துக்கு ஒரு அணியுமா பிரிஞ்சதுல போர் மூண்டுட்டு. போருனு ஒண்ணு வந்தா பொண்ணுவளும், கொழந்தைளும் தா மொதல்ல சாவாங்க. கூடுனவரைக்கும் அதிகமா துன்பப்படுவாவ. கரைக்கோட்டு பொம்பளைகளுக்கு அந்தப் பிரெச்சன அப்போ இல்லேணு ஆராய்ச்சியாளர்கள் ரொம்ப ரீசண்டா கண்டு புடிச்சுருக்கானுவ. அதுக்குக் காரணம் என்னேணா சாதாரண சூழலுலயே எங்க கலாச்சாரத்துக்க... பொறவு, ஆங்... பண்பாட்டுக்க வளர்ப்பால தெனமும் வன்முறைய பாத்தும், அனுபவிச்சதுனால போர் ஒண்ணும் எங்க ஊரு பொம்பளைங்களுக்கு அப்போ பெரிய தடுப்பண தடங்கலா தெரியல.

மொறப்படி போருல தவொப்பேன் எறந்துட்டா புள்ள போய் அப்பன் செத்ததுக்குப் பழி தீக்கணும். அந்தமாரி பழிதீக்க பெரும்பாலும் போனது பத்து வயசு பனிரெண்டு வயசு கொழந்தைங்கதானாம். இந்தக் கொழந்தைளுக்கு கவச உடுப்பு பொருந்தாது; அத பொருத்துரது தா பெண்ணுவளுக்கு பெரிய பாடா இருந்துச்சாம். இதுதானே நமக்குப் பெரும. மொதல்ல ஒடையெ ஈட்டிக் கம்பு பின்னாடி குத்துனா கோழயாம். நெஞ்சுல குத்துனா பெரிய ஊச்சாளியாம். சூத்தயும் விடலியே, அதுல குத்துனா அவென் துரோகியாம், கயவனாம். இத பொரட்டி பாத்துக் கணக்கெடுக்க தனிக்குழு வேற. அறிவுப்பூர்வமா இருக்கில்லா?

போர செணம் முடிக்கணும்னு மத்தி மன்னர் தலையிட்டாரு. இதுல வெள்ளக்காரெனுவ அமைதியா இருந்துகிட்டானுவ. பின்ன பத்து வருச போருனா சும்மாவா. மத்தி மன்னன் என்ன பண்ணானா ஒரு பெரிய படைய அனுப்பி பிரிஞ்ச ரெண்டு குழுவையும் அழிக்கத் தொடங்குனான். ஈவு எரக்கமே காட்டாம எல்லாரயும் கொன்னான். கொன்னுட்டுப் போனா பரவாயில்ல, மறுபடியும் தீவிரவாதிகள் கரைக்கோட்டுல உருவாயிர கூடாதுனு அஞ்சு வருசம் மொத்த ஊரயே ராணுவ மயமாக்குனான். போருல

தப்புன கொஞ்ச ஆட்கள் தத்துவமா பதவியானு எதையும் பாக்காம ஒண்ணாகி கைகோத்து சேந்துட்டாவ. இவங்க சேந்து நேரா மத்தி மன்னனுக்க காலுல விழுந்து கண்ணீரால அவென் பாதத்த கழுவி அவனோட விந்தணுக்கள விழுங்கி (நாங்க உங்களுக்குப் பாத்திரமானவங்கனு காட்ட) எனத்துக்கு சொதந்திரத்த வாங்கிக் குடுத்தாவ. குடுத்துட்டு வெள்ளக்காரெனுவளுக்கு வரி கெட்டுனானுவ. இப்படிப்பட்ட வீரம் செறிந்த ஊர அப்டியே விடக்கூடாதுனு நெனச்சதுனால தா எங்களுக்காக அன்னைக்கு ஊடா ரிங்க தொடங்குனாவ.

பேக்டரியோட ஊடா ரிங்குக்கு தலைவர் யாருனா அருள் ராஜன்னு சொல்லுற சயின்ஸ் வாத்தியார். நல்ல பாடி உள்ள ஆளு. வெளுப்பும் மங்காம கறுப்பும் அடிக்காம எப்பவுமே நேரா நடக்க கூடிய மனுசென். நெஞ்ச நிமித்து யன்னைய எவனாலயும் தொட முடியாதுங்க தோரணைல நடப்பாரு. சட்டய அவரு இன் பண்ணீருக்கதுக்கும் மத்த வாத்தியானுக இன் பண்ணீருக்கதுக்கும் ரொம்பவே வித்தியாசம் தெரியும். இடுப்பு, வவுத்து பகுதில சட்டை யாதொரு மடிப்பும் காட்டாம நேராவும், சீராவும் தெரியும். நா ஊடா ரிங்குல சேந்த பொறவு தா தெரிஞ்சுது சட்டையோட விளிம்பு இருக்குது இல்லா அத ஜட்டிக்குள்ள விட்டு சட்டைய இன் பண்ணி அதுக்க பொறவு பேண்ட போட்டா, எந்த மடிப்பும் காட்டாதுங்கது. ஒலகத்துல, தான் பொறந்ததால தனக்கு ஒரு பெருங் கடமையொண்ணு இருக்கதாவும் அந்தக் கடமையானது தனக்க வீரத்துக்கு நெருக்கமா சம்பந்தப்பட்டதுனு எப்போவுமே அவரோட சட்ட சுருக்கமில்லாம சொல்லும்.

'கமான் வாங்க கிளாப் பண்ணுவோம் இவர் ஒரு பொண்ண வெதவையாக்கிட்டாரு'

கொல பண்ணதுக்கு ஏண்டா மெடல் குடுக்குறீங்க? ரேப் பண்ணுனவனுக்கெல்லா பதவி ஒயர்வு குடுக்குறீங்கனு நெனச்சு பாக்கது எவ்வளவு பெரிய பைத்தியக்காரத்தனம். அதுவும் அந்த மெடலயும், பதவி ஒயர்வையும் வாங்கும் போது என்னவொரு பெருமிதம். வன்முறையாவது சூத்தாவது தேசத்தின் பாதுகாப்பு கருதி எந்தத் தாயோளியையும் நாங்க சுட்டுக் கொல்லுவோம். அதுக்கு உயிர தியாகம் பண்ணி சாட்சி பகருவோம். இத எந்தக் குண்ணயாண்டியும் தடுக்க முடியாது. இதுக்காக எத்தன பாவங்கள

வேணும்னாலும் தீத்துகட்டுவோம். ஜட்டிக்குள்ள சட்டைய விட்டது போல உறுதியா நாட்ட பாதுகாப்போங்குற மனநெலைய காட்டுறதுதான் அருள் ராஜனுக்க வேலையே. அதுல தப்பு ஏதும் இருக்கதா யனக்குப் படல.

ஏவுகண மாரி பேசி யன்னைப் போல உள்ள பயலுவள முக்கியமா தன்னோட குஞ்சு ஏன் அடிக்கடி தடிச்சி போயிருதுனு தெரியாத பயலுவளுக்குக் கொல பண்ணது எப்டினும் வகை வகையா கேம்ப் வெச்சி ரக ரகமான துப்பாக்கிகள பயன்படுத்துரது எப்டினும் சொல்லிக் குடுப்பாரு. ஊடா ரிங்குல சேர்ரதுக்கு ஒருத்தர் மனுசனா அஞ்சு புள்ளி ஆறு அடிக்கு மேல இருந்தா போதும், அறிவு தேவையில்ல. இந்த அறிவாளினு சொல்லுரவனுவள கண்டாலே கோவம் வருது. அறிவும் சுண்ணியும் யக்... யக்... யக்...

அப்போ, எட்டோ பத்தோ படிச்சிட்டு இருந்தேன். இந்த, அருள் ராஜனுக்க வைப்பாட்டிக்கி பொறந்த பையன், பொண்டாட்டிக்குப் பொறந்த பையனுமா ரெண்டு பேரும் ஒரே வகுப்புல படிச்சோம். வைப்பாட்டிக்குப் பொறந்த பையன் பேரு டிப்பின். எண்ணெய் பள பளக்க யனக்கு அவன பாக்கும் போது ஏதோ கொழுஞ்ச கருப்பட்டிய நெத்திலயிருந்து தொடை இடுக்கெல்லாம் ராவ தோணும். செல நேரம் அவன கவ்விப் புடிக்க தோணும். புடிச்சுட்டு என்ன செய்யணும்னு தெரியாது.

அருள் ராஜனோட பொண்டாட்டிக்கி பொறந்த பையனோட பேரு ரிப்பின். ரிப்பினுக்கு கண்ணு கொஞ்சம் நொள்ள கண்ணு. ஊடா ரிங்குக்கு அந்த வருசம் ஆளெடுக்க அருள் ராஜன் யூனிபார்ம் எல்லாம் போட்டு மிடுக்கா வந்தாரு. எங்களுக்கு ஊடா ரிங்குல சேர ஆசையா இருந்து. நா ஆறடினால ரொம்ப ஈசியா தேர்வாகீருவேன். ஆனா, டிப்பினும் எங்கூட சேரணும்னு நெனச்சேன். அவனோ மூணர அடிதான் இருந்தான். விதிமொற என்னேணா யாரா இருந்தாலும் ஒயரம் இல்லேணா ஊடா ரிங்குல சேர முடியாது. ஒயரத்த அளக்கும் போது டிப்பினும் செலக்ட் ஆகிட்டதா உள்ள போக சொன்னாங்க. யனக்கு ஒரே சந்தோஷமா இருந்துச்சி. நொள்ள கண்ணு ரிப்பினும் தேர்வானது மட்டும் சுத்தமா புடிக்கல. புடிக்காததுக்கு நியாயமும் உண்டு. கண்ணு தெரியாம எப்டி இந்தப் பய துப்பாக்கியால சுடுவான்?

வாரத்துக்கு ரெண்டு நாள் பயிற்சியும் மார்ச் பாஸ்டுமா

கடுமையா வேர்வைய உறிஞ்சி குடிச்சிட்டானுவ. நாளாவ நாளாவ ஓரளவு நடமொற பழகுனதும் நானும் நெஞ்ச நிமித்தி அருள் ராஜன் மாதிரி நடக்கத் தொடங்குனேன். இதெல்லாம் ஒரு பக்கம் போனாலும் பாடம்னு வர்ற நேரத்துல எல்லாத்துலயும் கோட்டவிட்டேன். ஒரு எழுத்து படிக்கது இல்ல. வீட்டுப் பாடமும் செய்யது இல்ல. ஊடா ரிங்குல சேர்ரதுல இருக்குற பிரெச்சனை என்னேணா அடிக்கடி வகுப்புகள கட் அடிச்சு கடமைங்குற பேருல ஓடீரலாம். கணக்கு பாடத்த படச்சவன ஒக்குற அளவுக்கு அது எப்டினு அறியாதிருந்தும் வேரோட வெறுத்தேன். ஒருநாள் பாத்ரூம் வர்றதா சொல்லீட்டு நேரா டாய்லெட்டுக்கு போய் தகர கதவ பூட்டிட்டு கிளாஸ் முடிஞ்சு பெல் அடிக்க வரைக்கும் உள்ளேயே இருந்தேன்.

இந்த கக்கூஸ் சொவத்துல பொம்பளையோட ஒடம்ப நெனச்சி தப்பு தப்பா அத பென்சிலால வரஞ்சு வெச்சுருப்பானுவ, ஊம்பு, நக்குனு கண்டமேனிக்கு கிறுக்கியும் ஐலவ் யூனு வேற வேற காதலிக்குற பெண்ணுவளுக்க பெயரயும் மோகத்துல எழுதி வெச்சுருப்பானுவ. அதெல்லாம் வாசிச்சுட்டு இருந்தாலே நேரம் தானா பறந்துரும். தொடந்து, இப்டி கணக்குப்பாடம் வந்ததும் கக்கூஸுக்கு போயிர்றத கணக்கு வாத்தியான் ஈசியா கண்டு புடிச்சான். நேரா பிரின்சிபல் நாதர் பிரான்சிஸ் சேவியர் சி.சாவ போய் பாக்கச் சொன்னான்.

மத்தியான நேரம்னால ஆபீஸ் பக்கம் யாரும் இல்ல. தயங்கி தயங்கி போனேன். எப்டியும் இன்னைக்கு வீட்டுலயிருந்து ஆள வரச் சொல்லி அசிங்கப்டுத்துவானுவனு பயந்து பயந்து ஒருமாதிரி தைரியத்த வரவழச்சிட்டு பிரின்சிபல் அறைக்க முன் பக்கமா போனேன். அவரு நா வெளிய நிக்கத பாத்துட்டு மணியடிச்சா தான் கதவு தெறக்கும். கலெக்டரில்லா அப்டி தா இருக்கும்.

நானும் கொஞ்ச நேரம் காத்து நின்னேன். அந்த நேரம் யாரும் இல்லாதனால ஒருத்தரையும் ஒதவிக்கு கூப்டவும் வழியில்ல. ஆனா, ஏதோ வழக்கத்துக்கு மாறாவொண்ணு நடந்துட்டு இருந்தத யன்னால ஒணர முடிஞ்சுது. அதுவும் அங்கீகரிக்கப்படாத ரகசியம் பிரின்சிபல் அறைக்குள்ள நடக்கதா தோணிச்சி. கண்ணாடி கதவு வழியா உள்ள என்ன நடக்குனு பாக்க முடியாது. ஆனா உள்ள இருந்துட்டு வெளிய பாக்கலாம். கதவோட சாவி

ஓட்ட வழியா பைய உள்ள என்ன நடக்குனு உத்து பாத்தேன். சத்தியமா சொல்றேன் அண்ணைக்கு பாத்தத நா யன் வாழ்க்கைல மறக்கவே மாட்டேன். அறையோட மூலைல நாதர் பிரான்ஸிஸ் சேவியர் சி. சா தன்னோட வெள்ளை அங்கிய மேல தூக்கி ரெண்டு கைல புடிச்சு வெச்சுருந்தாரு. கறுப்பு ரப்பர் வார் போல ஒண்ண இடுப்புலயிருந்து தொட வரமாட்டியிருந்தாரு. கறுப்பு குண்டி மேலயும் கீழயும் அதுர, மூலைல சொவத்துக்க கீழ யாரோ முட்டங்கால் போட்டுருக்கதா தெரிஞ்சுது. ஆளயும் ஒடம்பையும் பாத்தா அவராதான் இருக்கும்னு நெனச்சேன். காரணமே இல்லாம யன்னோட குறி வந்து தடிச்சு போயிட்டு. நாதர் பிரான்சிஸ் சேவியர் சி.சா அவர்களுக்கு முன்னாடி யாரு இருக்குறா? ஏன் மொகத்த அவரோட குறில வெச்சு எடவெளி விட்டு ஒரே சீரா வெளிய தள்ளூராருனு பாக்குறதுல ஆர்வமானேன். கொஞ்ச நேரத்துலயே நாதர் பிரான்சிஸ் சேவியர் சி.சா வோட புட்டமானது இறுகி சக்தியோடி எதையோ அடுக்கது போலவும், அல்லது எதையோ வெளிய தள்ளது போலவும் அசையாம ரெண்டு செகண்ட் அப்டியே நின்னாரு. வெள்ள அங்கிய கீழ உட்டுட்டு நெத்தி வேர்வய தொடச்சிட்டு நேரா அவரோட சேர்ல உக்காந்தாரு. யன்னால இத நம்பவே முடியல மொகத்துலயும் வாய்லயும் வெள்ளையா ஏதோ தெரவத்த தொடச்சுட்டே ஜட்டிக்குள்ள சட்டைய விட்டுட்டு அருள் ராஜன் எழும்புனாரு.

இத கண்டதும் நா அப்போ தா வந்து காத்து நிக்கது போல நடிச்சேன். பின் கதவு வழியா அருள் ராஜன் கெளம்பியிருக்கணும். கதவு கடைசியா தெறந்துச்சி. பதற்றத்தோடி எக்ஸ்கியூஸ் மீனு கேக்காம வுள்ள போனேன். வெளிய போடா நாயேனு பிரான்சிஸ் சேவியர் சி.சா கத்துனார். நா அதுர்ந்துட்டேன். ஒளிச்சி பாத்தத கண்டுபுடிச்சுட்டாரோனு பயந்தேன். கண்ணுல கண்ணீர் வடிய வாசல்லயே நின்னேன். சமயங் கழிச்சி அவரே கூப்ட்டாரு. நானும் ஏன் வந்தேங்க விஷயத்த சொன்னேன். நாளைக்கி வரும்போ யன்ன பெத்த தேவிடியாவ கூப்டுட்டு வரணும்னு கத்தீட்டு எழும்பி பண்ணி கறி சாப்ட போயிட்டாரு. பாவம் காணதுக்கு நல்லா களச்சிபோயிருந்தாரு.

6

உண்மய சொல்லதுக்கும் புரியதுக்கும் இங்க வேல இல்ல. யாருக்கும் அதப் பத்திக் கவலையும் இல்ல. பின்ன மயிறுலயா நீதி கெடைக்கும்? நீதினு சொல்லதே மொதல்ல ஒரு அருவருப்பான பொய். ஒரு காலத்துல அது உன்னதமான ஒண்ணா இருத்துருக்கலாம். ஏன், நெறய பேரு அதுக்கு மரிச்சும் போயிருக்கலாம். ஆனா, இன்னைக்கு நீதியோட பழைய உன்னதத் தன்மய நாய் பின்னங்காலால மண்ண பிராண்டி மூடத போல எல்லாவனும் மூடியாச்சி.

நீதி ஒருத்தெனுக்குக் கெடைக்கணும்னா அவென் செத்துருக்கணும். ஏன் செத்தானு நாலு பேத்தையனுவ கூட்டம் கூட்டி பேசணும். அப்போ கூட நீதி கெடைக்காது வெளம்பரந்தான் கெடைக்கும். இப்போயெல்லா அநீதிக்கி எதுரா போராடதுக்கு கம்பெனிகள் வந்துட்டாமே. ஒவ்வொரு நிறுவனமும் ஒவ்வொரு தெசைல கத்தீட்டு கெடக்குதுங்க. ஒலகம் எங்க திரும்புதுனு இம்மி அசஞ்சாலும் போனுல தெரிஞ்சுருமே.

இந்த நீதீங்க எழவ அடயதுக்கும், அதுக்குப் போராடத்துக்கும் செல தகுதிகள் வேணுமா? இங்க முப்பது வருசமா ஒரு தாயோளி அரசாங்க வேல பாத்துருக்கான். அரசாங்க உத்தியோகம்னாலும் அந்தத் தாயோளி ரிடையர்ட் ஆகுறப்ப ஆகாத பழய வழக்கு ஒண்ண எடுத்து வெச்சிட்டு அவெனுக்க பண பலன குடுக்காம இருவத்தி ஒம்பது மாசம் நிறுத்தி வெச்சிருந்தானுவ. அவென் எப்டிடே குடும்பம் நடத்துவான்? பொறவு நீதிமன்றத்துல போராடி கேஸ ஜெயிக்க, பென்சன் வர ஆரம்பிச்சுது. இப்போ இந்த இருவத்தி ஒம்பது மாசத்துக்கு வெறுங்கைய சப்பீட்டு இருந்தாமில்லா அதுக்க வட்டி கேட்டா ஒரு தாயோளியும் நடவடிக்கை எடுக்கல. சுண்ணியதான் இவெனுக்குக் குடுப்பானுவ. நீதிய கொடுக்கவென்றுக் கொடுக்கவன் ஆர்டர் போட்டாச்சாம் பைசாவ குடுக்கச் சொல்லி, ஆனா டிப்பார்ட்மெண்ட் குடுக்கணுமே. மனு மயிறெல்லாம் குடுத்து வேற வழியில்லாம இந்த நீதிக்குப் போராட கும்பலுக்கிட்ட ஒதவுங்கனு கேட்டா சூத்துல கார்க் வெச்சுட்டு முக்கி குசு விட்டவன் மாரி மூஞ்ச காட்டானுவ.

ஏன்னா இதெல்லாம் பெரிய பிரெச்சனை இல்ல இல்லா. கோர்ட்ட எந்தத் தாயோளியும் மதிக்காத போது நா என்ன கொட்டைக்கு இங்க வாழனும்னு தோணுன அந்த தாயோளி மனமொடைஞ்சு பக்கவாதம் வந்து மொடைங்கி கெடக்கான். மொதல்ல மோள போவ நேரம் சொவத்த புடிச்சுட்டே போனான். இப்போ கெடக்க கெடைலயே மோண்டுட்டு கெடக்கான். இது தான் வாழ்க்கையும் இந்த நாடும் ஒரு தாயோளிக்குக் கொடுக்க பரிசு. அவன தாயோளினு சொல்லதுல என்ன தப்பு இருக்கு? செரி நாகொஞ்சம் பச்சிலைய எங்கையோ மறந்து வச்சேன். ஒரு இழுப்புக்கு தா கெடக்கும் அதான் ஒங்கள கூப்டாம போறேன். இருங்க ஊதீட்டு வாரேன்.

ஆங்...பரவாயில்ல.

இந்த மாரி நீதிதான் பேக்டரிகள்ல யனக்குக் கெடச்சுது. என்னம்மா உம்புள்ள கக்கூஸுல போய் ஒளிஞ்சுருக்கானு பிரான்சிஸ் சேவியர் சி.சா இந்தத் தேவிடியா கிட்ட கேக்க அவளோ பயபத்தியோடி கைகூப்பி முன் சொல் அறியாம சி.சா முன்ன நின்னா. அவரும் அண்ணைக்குக் களைச்சு போயிருந்துருப்பாரே. வார்னிங்கோடி அப்பாலஜி லெட்டர் எழுதி கொடுத்து ஒருவளியா தப்புனேன்.

வர வர ஊடா ரிங்குல பயிற்சி எடுக்கது யனக்கென்னவோ சலிச்சி போயிடிச்சு. ரிப்பினும், டிப்பினும் ஊடா ரிங்குல மத்தவங்கள காட்லும் தனிச்சு தெரிஞ்சானுவ. ஏதோ இவனுவ ஊடா ரிங்குக்கே சொந்தக்காரனுவ போலவும் எல்லாமும் அவனுவளுக்க கீழ இருக்கதாவும் நடந்துகிட்டானுவ. இது இன்னும் ஊடா ரிங் மேல யனக்கிருந்த ஆர்வத்த கொதறிப் போட்டிச்சி. நாட்டோட சொதந்திர தின விழா நடக்கும் போது ஊடா ரிங்குல சிறந்து வெளங்குற மாணவர்கள ராணுவ ஊர்வலத்தோடி சேர்த்து மார்ச் பாஸ்ட் பண்ணவிட்டு நைட்டு பிரதமரோடி போட்டோ எடுக்க விடுவானுவ. அதுக்கான பேக்டரி லெவலுல நடந்த தேர்வுல ரிப்பினும் டிப்பினும் எப்டி தேர்வானானுவேனு தெரியல. நொள்ளக் கண்ணு உள்ள தாயோளி எங்கோடி ராணுவத்துக்க கிட்ட போவ முடியும்? அதுக்குக் காரணம் பிரான்சிஸ் சேவியர் சி.சா க்க சாமானத்த வாயில வாங்குன அருள்ராஜனோட சிபாரிசால தா தேர்வானானுவனு தெரிஞ்சப்போ

யனக்கு ரொம்ப கோவம் வந்து. அதனால நா பெருசா ஆர்வ மில்லாம, கேம்புகளுக்கு எதுவும் போவாம பெயருக்கு ஊடா ரிங்குல இருந்தேன். தெனமும் சாய்ங்காலம் பயிற்சி முடிஞ்சதும் எல்லோருக்கும் ரெண்டு பரோட்டா குடுக்கது வழக்கம். பார்சல்கள வாங்கதுக்கு யாரயாவது வாலண்டியாரா கூப்புடுவாவ. வெறுப்புல இருந்த நானோ பார்சல்கள வாங்கதுக்கு மொத ஆளா கௌம்பிப் போயிருவேன். ஏன்னா யனக்கு ஊடா ரிங்கு மேல இருந்த நம்பிக்க பொடிஞ்சு தூள் தூளா எப்பவோ போயிடிச்சு. ரொம்ப நாளா இப்டியே பார்சல் வாங்க போறதும்மா ஓட்டுனேன். அப்போ தான் நாடு அளவுல மலயேத்தம் பண்ணதுக்கு ஊடா ரிங்குல மாணவர்கள அனுப்ப ஆர்மி கேட்டிச்சு. அருள் ராஜன் செவனேனு பார்சல் வாங்கி வந்துட்டிருந்த யன்னையும் இன்னும் யன்னை போல ஒரு கேம்ப்கூட போவாத பயலுவள தேர்ந்தெடுத்தான். யன்னைய தேர்ந்தெடுத்ததுப் பெரும் ஆச்சரியமா இருந்துச்சி. இதுல கூத்து என்னேணா மலயேறப்ப தவறி செத்துட்டா செத்தவெந் தா பொறுப்பாவான்னு எழுதியும் குடுக்கணும். அருள்ராஜன் பொண்டாட்டிக்க புள்ள வேண்டா வப்பாட்டிக்க புள்ளயாது அனுப்பலாமில்லா? அனுப்பலியே.

மலையேறுதல பத்தி சொன்ன அண்ணைக்கே அருள்ராஜன் விண்ணப்பத்த எங்க கைல கொடுத்தான். விண்ணப்பத்த கொடுக்கும் போதே அருள்ராஜன் ஏதோ அவசரத்துல கொடுக்கதாவே நெனச்சேன். அப்டி நெனச்சது சரிதான்னு அந்த தாயோளிக்கிட்ட பெரம்பால அடி வாங்குன நேரமே புரிஞ்சி. என்ன நடந்துனா, விண்ணப்பத்த கொண்டு வீட்டுக்குப் போனேன். யன்னை பெத்த கண்டாரவோழி நல்லா தண்ணி யடிச்சுட்டு இருந்தான். நானும் மலையேற விடுவாங்கெ நம்பிக்கைல கையெழுத்து போட பேப்பர கைல கொடுத்தேன். விண்ணப்பத்த படிச்சவென் ஒண்ணும் பேசாம அதத் தூக்கி எறிஞ்சான். மூடிட்டு இருந்து படிலனு சொன்னான். யன்னை பெத்த தாயோளி கேம்புக்கு அனுமதிச்சு நானும் கேம்புக்கு போய் சாகசம் பண்ணதா கனவு கண்டதெல்லாம் கூழாகி வழிஞ்சுடிச்சி.

அந்தக் காலத்துல யன்னை பெத்த தேவிடியாளயும் அந்த புண்டாமோனையும் மீறி யன்னால எதுவுமே செய்ய முடியல. அந்த கூதிங்க மனசு அந்த நேரத்துக்கு எப்டி இருந்ததோ அந்த

அளவுக்கு தா யனக்க ஆசைகள் எல்லாம் நெறைவேறியும் நெறவேறாமலும் இருந்தது.

பேக்டரிக்கு போகவே புடிக்கல. லீவு போட்டாலும் கொள்ளானு தோணிச்சி. அதுக்கும் வீட்டுல அனுமதி இல்லையே. வேற வழியில்லாம வெத்து விண்ணப்பத்தோடி அருள்ராஜன்கிட்ட போனேன். வீட்டுல உடலேனு விசயத்த சொன்னேன். அந்த புண்டாமொவன் அவென் பொண்டாட்டி காலைல எழும்புனதும் இவெனுக்கு கால விரிக்கல போல. கொல பண்ணவென் போல கண்ணு செவக்க பாத்தான். நானோ பயத்துல நடுங்கீட்டேன். அடுத்தவங்களோட வாய்ப்ப கெடுக்குறியான்னு பெரம்ப எடுத்து குண்டித் தோல உரிச்சியேவுட்டான். பண்ணி தொட போல இருந்த யன் தொடைல பெரம்பால வரி வரியா கோடு போட்டான். பேண்ட கழத்தி எவன்ட காட்டதுக்கு? கண்ணீர் தளுக்க அடியயும் வாங்கிட்டு பள்ளியோட ஊடா ரிங் அலவலக அறைய விட்டு வெளிய வந்தேன். நா வெளிய வரவும் குருட்டுக் கபோதி ரிப்பின் தனக்க சொதந்திர தின விழா பதக்கத்தோடி யன்னைய ஏளனமா பாத்துட்டு மிடுக்கோடி உள்ள போனான். அடிச்சது கூட பரவாயில்ல தாயோளிங்க அரவணைக்ககூட ஒரு நாதியில்லாம போயிட்டேனு துக்கம் தொண்டைய அடச்சுது.

யன்னை பெத்த வேசி முண்டையோ நா எத சொன்னாலும் பேசாம நாந்தான் ஏதோ குத்தம்பண்ணுனதாவும் பெரம்பால அடி வாங்குனது நூத்துக்கு நூறு சரின்னு சொல்லீட்டு அவ பாட்டுக்கு பக்திமார்கமா போயிட்டா.

எவனையாச்சும் அடிச்சு வாய பொளக்க வெச்சா கொள்ளானு மொதம் மொறையா தோணுனது தப்புனு அடுத்த கணமே தோணுனாலும் ஏதாவது செஞ்சாவணுமே. பேக்டரி வாத்தியானுவள கேக்கதுக்கு ஒரு ஆளு கெடையாது. அவனுவ எம்மாரினா, நீ எவன்ட வேணும்னாலும் போய்க்கோ ஒன்னால ஒரு மயிறும் புடுங்க முடியாதுனு சொல்லக்கூடிய எத்துவாளி பார்டிகள். இனியும் இந்த அருள்ராஜனுக்க கீழ இருந்தா செரி பட்டு வராதுன்னு அடுத்த நாளே இனி ஊடா ரிங்குக்கு வரமுடியாது சார் டியூசன் உண்டுனு கத கட்டுனேன். அவெனும் இந்தப் பேப்பருல எழுதி தான்னு ஒரு பேப்பர மேசைல இருந்துட்டே குடுத்தான். அறைய விட்டு வெளிய போய் நீட்டா ஒரு லெட்டர

எழுதி கைல குடுத்துட்டு வந்தேன். சி.சா க்க சாமானத்த வாயில வாங்கி குடிச்சவனுக்கே இவ்வளவு திமிரானு அப்போ நா தீவிரமா யோசிக்க பழக்கப்படல.

கொஞ்சநாள் ரொம்ப நிம்மதியா போச்சு. மூச்சுவிடக்கூட நேரமிருக்கதா தோணிச்சு. இந்தப் படிப்பு மட்டும் ஒழுங்காவே வரல. ஒவ்வொரு பரிச்ச முடிஞ்சதும் வாத்தியானுவ பெத்தவங்க ளோடி மீட்டிங் வெப்பானுவ. உங்க புள்ள அப்டி உங்க புள்ள இப்டினு கொற சொல்லதாவே இது நடக்கும். புள்ளய பெத்த புண்ட பழுத்த எந்தத் தேவிடியா மவளும் புள்ளைக்கு சப்போர்டா பேசமாட்டா. கொறஞ்சது தனக்க பிள்ளைக்கு என்ன பெரச்சனைனுகூட விலா வரியா தெரிஞ்சுக்க விரும்ப மாட்டாளுவ. வாத்தியானுவ எது சொன்னாலும் அது சரின்னு நம்புவாளுவ. வளர்ச்சியவிட பெருமயும், மானக்கேடும்தானே இந்த நாய் களுக்குப் பெருசா தோணுது. அப்போ ஒரு வித்தியாசமான நோய் யன்னை தாக்கிச்சி. கொறஞ்சது நா அத ஒரு நோயா தா கருதுனேன். காலைல எழும்புனதும் யனக்க குறி நீண்ட கம்பு போல தடிச்சு போயிரும். இந்த வினோதத்த மத்த பயலுவளுட்ட சொல்லி தீர்வு காணதுக்கும் யனக்கு உள்ளூர தயக்கமா இருந்து.

காலைல நரம்பு பொடச்சி தடிச்ச குஞ்ச எப்டியாச்சும் சாதாரண மாக்க தெனமும் புதுப் புது உக்திய மொயற்சி பண்ணத் தொடங்குனேன். ஒரு நாள் யாருக்கும் தெரியாம மொட்டு பின்னால தடிச்ச யனக்க குறிய ஆழமா குத்தாம லைட்டா குத்தி பாத்தேன் வெறைப்பு இன்னும் அதிகமாச்சே தவிர குஞ்சு தாழல. இன்னொரு நாளு இதுக்கொரு பூட்ட போடலானு வீட்டு கேட்ட பூட்டதுக்கு யூஸ் பண்ண பெரிய பூட்ட வெறச்ச குஞ்ச புகுத்தி உள்ள வெச்சு அழுத்தி பூட்டுனேன். தடிச்சுப்போன சதைக் கம்பு பூட்டோடி தாந்துச்சே தவிர குஞ்சு நார்மலாகல. யன்னையே அறியாம இந்த சுண்ணி தடிச்சி போயிரதுனால யனக்கு ஒருபோதும் தைரியமா செயல்பட முடியல. வாத்தியானுவ எவனாவது யன்ன பெஞ்சுக்க மேல நிக்க உட்டானா சுண்ணி நீண்டுரமேனு பயமே நெறய தடவ அதிகரிச்சுது. அப்போ ஜட்டி யெல்லாம் போடுற பழக்கமில்ல அத எதுக்குப் போடணும்னு தெரியாமலே இருந்த வேளனால வாரத்துல அஞ்சு ஜட்டிக்கு கணக்குப் பண்ணா ரெண்டு ஜட்டிதான் கைவசம் உண்டு. சிரிக்காதுங்க உண்மயாட்டுதான்.

எப்டி என்ன பெத்த கொப்பனவோழிங்க கிட்ட ஜட்டி வாங்கி தாங்கனு கேக்கதுக்கு? அப்டி ஒப்பனா கேக்கதெல்லாம் நா வாழுற சமூகத்துக்கு எதிரான விசயமில்லையா? பேக்டரிலகூட படிக்க பயலுவ அப்போ தா சீன் படத்த பாத்துட்டு இன்டர்வல்ல ரகசியமா பாத்த படத்த பத்தி பேசத் தொடங்குனானுவ. அவெனுவ சொல்ல கதைகள கேக்கும் போது எந்தவொரு முன்னறிவிப்புமில்லாம யனக்க சுண்ணியானது ஊதிப் போயிரும். யாரும் காணாம நா கைய வெச்சு என்னத்தான் அழுத்தி அத அடக்க மொயற்சி பண்ணாலும் திமிறியெகிறி யனக்க பலத்தையும் மீறி சுண்ணியானது நீண்டே நிக்கும். ஒரு வகைல யனக்கும் என்னோட தடிச்ச கம்புக்குமான போராட்டம் ஒரு வித சொகத்த தந்ததென்னமோ உண்ம தான்.

அண்ணைக்கு சாய்ங்காலம் பேச்சு வாக்குல ஒருத்தென் சொன்னான் தடிச்சு போன குஞ்சோட மேல் தோல மேலயும் கீழேயும் உரிச்சுரிச்சு ஆட்டுனா வெள்ள கலறுல பாலு வடியும்னு. கம்ப்யூட்டர் சென்டர்கள்ல கும்பலா நாங்க போய் சீன் படங்கள பாக்கும்போகூட செக்ஸ்னா என்னேணு பிடிபடல. தப்பு எம்பேருல தா. நா ஒழுங்கா பார்ன பாத்துருக்கணும். சயின்ஸ் பாடத்துல ரீப்பிராடெக்ஸன் பத்தி லெசன் இருந்தாலும் வாத்தியான் அதச் சொல்லித் தராம போயிட்டான். ஆணும், பொண்ணும் அம்மணமா கட்டுலுல படுப்பாங்க. அப்புறம் பொண்ணோட மொலக்காம்புக்க மேல தடிச்ச குஞ்ச கொண்டுபோனா அந்தக் கறுப்பு மொலைக்காம்புகள் ரெண்டும் தொறக்கும்னும், அப்டி தொறந்ததும் குஞ்சோட பால அதுல ஊத்துனா கொஞ்ச நாளைல புள்ள பொறக்கும்னு அப்போ நெனச்சிட்டு இருந்தேன். கொஞ்ச காலமா அது தா உண்மனும் நம்பீட்டும் நடந்தேன். அதுக்குக் காரணமில்லாம இல்ல வயசு ஒத்த பிள்ளைங்க மறச்சு மறச்சு பொத்தீட்டு நடக்கது நெஞ்சதானே.

செரி, இந்தப் பயலுவ சொன்ன அந்தப் பால எப்டியாச்சும் கண்டாகணுமேனு விடியதுக்கு முன்னமே கக்கூஸுக்கு போயி தடிச்சியிருந்த குறிய நல்லா மேலயும் கீழயும் வேகமா ஆட்டத் தொடங்குனேன். கொஞ்ச நேரம் எரக்கமில்லாம இப்டியே ஆட்டுனேன். ஒரு ரெண்டு, மூணே செகண்டுக்கு யன்னை சுத்தி என்ன நடக்குதுன்னே புரியல; ஏதோ உள்ளயிருந்து அலை யொண்ணு பொங்கி எழுந்து சுண்ணி வழியா வேளியேறுறது

போல வேகத்தோட தீவிரத்துல வெள்ள கலருல பச போல தெரவம் குஞ்சுலயிருந்து வெளிய பாய்ஞ்சி வந்துச்சு. இதுமாதிரி மனசு தணிஞ்ச நெலைய நா ஒருநாளும் அனுபவிச்சதில்ல. கைல பச போல ஒட்டீட்டு இருந்த அந்தப் பாலுனு சொல்ல தெரவத்த தவுர வேறெதுவும் அருவருப்பா தெரியல. நாளாவ நாளாவ தெனமும் இத நா பண்ண ஆரம்பிச்சேன். யனக்கு எது புரியலேனா சொகம் முடிஞ்சதும் குத்துற அருவருப்பும், கீழ்த்தரமான பாவ உறுத்தலும் யன்னை நானே வெறுக்க வெச்சுச்சி. அதுவும் இந்த உறுத்தல் வந்து, யன்னையும் மீறிய ஒரு காரியமா தெரிஞ்சு. நா பொறந்ததும் யனக்க ஒடம்ப ஆவில செஞ்ச பவருள்ள ஒண்ணு யனக்குள்ள புகுந்து, நா வயசுக்கு வரும்போ அடிக்கடி கரண்ட் கொடுக்க பொருளா உள்ளேயே, கரெண்ட் கொடுக்க கொடுக்க சுருங்கி சுருங்கி போயிருக்கதா நெனக்கேன்.

அக்காக்க கதயே வேற. வீட்ட வுட்டு வெளிய அவ வேற ரகமாவும் வீட்டுக்குள்ள அவ எதயம் உள்ள யாருக்கும் புரியாத பேயாவும் நடந்துகிட்டா. இதுக்கு என்னதா காரணமுன்னு கெழவிய தவிர சுத்தமா யாருக்கும் பிடிபடாமலே இருந்து. கெழவி இத எங்க மயிறா வெளிய சொல்லுவா? இல்ல அவதாஞ் சொன்னாலும் கேக்கதுக்கு அப்போ யாருக்கு மனசிருந்து? தேவுடியா மக்களுக்க மண்டய குத்தி பொளக்காண்டாமா! அக்காக்கு சின்ன வயசுல இருந்தே எந்திரங்க மேல ஈடுபாடு உண்டு. பேன், டீயூப் லைட், டீவினு எல்லாத்தயும் பிரிச்சி உள்ள இருக்கது என்ன ஏதுன்னு பாப்பா. அப்போ யாரும் அத வினோதமா நெனக்கல. வயசு ஏற ஏற அவ இதுல கைதேர்ந்த ஆளாயிட்டா. வீட்டுல மிக்ஸி ஓடலேனாலோ இல்ல பிரிட்ஜ் ரிப்பெயர் ஆனாலோ அவளே எல்லாத்தையும் செரி பண்ணுவா. பாடங்கள்லயும் ஆளு கெட்டிக்காரியா இருந்தனால சொதந்திரமா வீட்டுக்குள்ள அவ இஸ்டம் போல நடந்துகிட்டா. பதினேழு வயசுல அவளுக்கு என்ன ஆச்சுனு யாருக்குமே வெளங்கல. நல்லா பேசி சத்தமா சிரிச்சிட்டு இருந்தவ திடீர்னு பேசாமலே இருந்துட்டா. சாப்புடாம, தண்ணியும் கொள்ளாம வார கணக்கா கட்டுலுக்க அடில கெடப்பா. இதனால பேக்டரிக்கு அடிக்கடி லீவு போடத தவிர்க்க முடியல. காலையிருந்து சாய்ங்காலம் வர ஓடிட்டு இருக்க இந்த தாயோளிகளுக்கு அக்கா பேக்டரிக்கு லீவு

போடுறது தலச் செறையா இருந்துச்சி. இவ தண்ணிகூட குடிக்காம எப்டி இருக்கானு தெரிஞ்சுக்கதுல தா நா ஆர்வமா இருந்தேன்.

ஒருநாளு எல்லாரும் தூங்குன நேரமா பாத்து கக்கூஸுக்கு கையடிக்கலானு போனேன். அக்காவோட ரூம் தெறந்துருக்கத பாத்து மனசு மாறி உள்ள போய் கட்டுலுக்கடில குனிஞ்சு பாத்தேன். ஆச்சரியமா அவ உள்ள இல்ல. குத்திருட்டுல கையவுட்டு லைட்டுக்க சுவிட்ச போட சொவத்த தடவுனேன். சுவிச்சு போர்ட் தட்டுபட்டதும் லைட்டுக்க சுவிச்ச அழுத்துனேன். ஆனா லைட்டு பத்தல. அப்போ மூலைல ஒரு உருவம் நிக்கத கண்டேன். பேரச் சொல்லி கூப்டேன். பதிலில்ல. அதனால கண்ண வெச்சி கூர்ந்து பாத்தேன். கைல ஒரு ஓட்டட அடிக்க கம்ப தலைகீழா வெச்சுருந்து; அதுல மாட்டுன வலையான அக்கா தின்னுட்டுருந்தா. வெரலால செலந்தியோட வலய நூலு போல கைல சுத்தி நா நிக்கத கூட கவனிக்காம மென்னுகிட்டு இருந்தா. புரியாம நின்ன நா ரூம விட்டு நழுவலானு நெனச்சேன். அப்போ தான் கெழவி சேலய கழத்தீட்டு அம்மணமா உள்ள வந்து யன்னைத் தள்ளிவுட்டு ரூம உள்ளோடி பூட்டீட்டா. ஒரு பொண்ணோட நிர்வாண கோலத்த அப்போ தா மொதம்மொறையா நேர்ல நா பாக்கேன். தளந்து சுருங்கிப்போன பொம்பளயா அவ நின்னா. அவள்ட்ட தளராதது எதுவுமே இல்லேனாலும் தாத்தா போல நல்ல வலு இருந்துச்சி. நா பயத்துல வாயே தெறக்கல. யனக்கு என்ன பண்ணனும்னும் புரியல.

உள்ள வந்த கெழவி யன்னைக் கடந்து அக்கா பக்கம் போனா. அவ காலடி அதிர்வ அப்போ யன்னால ஒணர முடிஞ்சுது. அந்த அதிர்வுக்கு மின்சாரத்துக்க சக்தி இருக்கது போல தோணிச்சி. அக்கா தின்னுட்டு இருந்த செலந்தி வலய உள்ளங்கையால உருட்டி கெழவிக்குக் குடுத்தா. கெழவியும் வாங்கி அத தின்னா. பல் இல்லாத கெழவி அத இனிப்புப் பண்டம் திங்கது போல தின்னா. தன்னளவுல இருந்த சாதாரண ஆச ஒண்ணு நெறவேறுன மாதிரியா இல்ல சோற தெனமும் நேரத்துக்கு சலனமில்லாம திங்குற வயசான ஆளுபோல தின்னாளானு சொல்ல முடியல. ஆனா, அவ அத இனிப்ப நொனணைக்கது போல தா மென்னு முழுங்குனா. அக்கா சாப்டத நிறுத்திட்டு யன்னைப் பாத்தா. கொழப்பத்துல திக்குனு தரைல கெடந்த யன்னால பேசவும்

முடியல. கத்தி ஊர கூட்டவும் முடியல. இவ யனக்க அக்காவா இருக்க வாய்ப்பில்லேணு ஒரு தரம் எண்ணுனேன். சத்தமா நா அவளுக்க பேர சொல்லிக் கூப்டேன். ஆனா, நா எழுப்புன சத்தம் எனக்குள்ளயிருந்துகூட சத்தமா வெளியேறல. அப்போதான் பயப்பட தொடங்குனேன். வேர்த்துப்போன யனக்க மூஞ்ச அவ பாத்துட்டே நின்னா. கைலயிருந்த ஒட்டடம் அடிக்க கம்ப அக்காக் கிட்டேருந்து வாங்குன கெழவி, அனுமதி கொடுக்கது போல அவளுக்க தலய தடவிக் கொடுத்தா. வீட்டுலவுள்ள இன்னொரு ரூம்ல யன்னை பெத்த நாய்ங்க நல்லா தூக்கத்துல இருந்துங்க. என்ன காரணத்தாலோ யனக்கு இங்கயிருந்து ஓடி தப்பீரணும்னு தோணவே இல்ல. ஜடை பின்னி யூனிபார்ம் போட்டு ஒரே நேர்கோட்டுல நடக்க பெண்ண போலவோ, துள்ளூற பாசத்த கொடுத்து சாந்தமா, நிம்மதியில்லாத மனச தூங்க வைக்கது போலவோ, முன்னேத்துற கண்டிப்பும், கருணையும் கொடுக்க அக்காவா இல்லாம இன்னொரு பொண்ணா அவ தெரிஞ்சா. தம்பியா நா அறியாத மத்தொரு பாகத்த அவ யனக்கு காட்ட துடிக்கது போல இருந்து அவளோட பார்வ.

உண்மையிலேயே அவ யன்னை பாக்கலேணு ஒணர ரொம்ப நேரமாகல. அவா யனக்க வழியா மெர்குரி கண்ணாடில அவளேயே பாக்கது போல இருந்திச்சி. மந்துரத்துல மாட்டுனவ போல அவ கண்ணு மின்னிச்சி. அவெளுக்க உள்ள எரியுற நெருப்பு அவளயே எரிச்சாலும் பரவாயில்ல ஆனா அந்தக் கொழுந்து எரிய தீய வெளியேத்துற மொனைப்புல தனக்க கையால தொடய தடவீட்டே இருந்தா. உடுத்துன நைட்டிய மேலோடி கழத்துனா. உடுப்ப கெழவீட்ட கொடுத்துட்டு கண்ணு மின்ன யனக்க மேல ஏறி உக்காந்தா. யன்னால கண்ண மூட முடியல. இது கனவில்லேணு தெரிஞ்சாலும் சின்னதாக்கூட அருவருப்பாவோ, குத்த ஒணர்வோ தாக்கல. கண்ணயும் மூட மறந்து அவள பாத்தேன். யனக்க இடுப்புக்கு கீழ்வாக்குல மேலயும் கீழயுமா ஏறி; வெச்சு ஓரசிட்டே இருந்தா. யன்னையும் மீறி யனக்க குறி தடிச்சு, நா போட்டுருந்த நிக்கர துருத்தி அவளோட குறில ஓரசிட்டேயிருந்து. யன்னோட நிக்கர கழத்த அவ ஒதவி பண்ணா. நரம்பு பொடச்சி நீண்டு நிக்கத ரொம்ப நேரம் பாத்தா. ஏதும் பேசாம அத கையால தொட்டதும் எனக்கிருந்த பரவசம் அதிகமாயிடிச்சி. மொதம் மொறையா

மிருதுவான ஒருகை யன்னோட தடிச்ச சுண்ணிய தொடுறது இதுதா மொதல் தடவைனால நா திக்குமுக்காடிப் போனேன். யன்னோட சுண்ணிய மேலும் கீழுமா ஆட்டி அதுக்கொரு முத்தம் கொடுத்தா. முத்தம் கொடுத்ததும் பக்கவாட்டுல படுத்து தன்னோட கால அகலமா விரிச்சி அவளோட குறிய தடவீட்டே இருந்தா. அடிக்கடி வித்தியாசமா அவெ மொனங்குனா. அவளோட மொனங்கல நா விரும்புனேன். அந்த மொனங்கல்லே எல்லாத் தையும் செய்யத் தூண்டது போல தோணிச்சி. ஆனா, இனி என்ன செய்யணும்ங்குற கொழப்பத்துல நா அவளோட யோனிய மெதுவா தடவ ஆரம்பிச்சேன். மொனங்கல் இன்னும் அதிகமாச்சி. ஏதோ ஒரு ஒலகத்துல அவ எல்லாத்தையும் மறந்த நெலைல வேணும் வேணும்ங்க தாபத்தோடி கெடந்தா. கெழவி யன் பக்கத்துல முட்டங்கால் போட்டு நின்னா. தடவத நிறுத்தீட்டு நா கெழவிய பாத்தேன். தடிச்சு நீண்ட குறிய அவ கையால புடிச்சு அக்காவோட யோனிக்குள்ள அழுத்துனா. அந்த அழுத்ததுல அவ லேசா கத்துனா. வித்யாசமான தெரவம் யன் சுண்ணிலயிருந்து வடியது போல இருந்துச்சி, அது என்னோடது இல்ல.

அக்காவோட குறிலயிருந்து வெளி வந்த ரெத்தம் யனக்க குறில படிஞ்சுருந்து. பிசுபிசுப்போட அருவருப்பு யன்னை எதுவும் செய்யல, ரெத்தத்த கண்டதும் நா பயந்ததுயென்னமோ உண்ம. அதெல்லாத்தையும் விட அவளோட குறிக்குள்ள என்னோடத ஆழ அழுத்துனேன். கெழவி இப்போ கைய எடுத்துட்டா. அக்காவோட தொட நடுங்கி அவெ கண்ணுலயிருந்து கண்ணீர் வழிஞ்சு. சுண்ணிய வெளிய எடுக்கும் போ அவளோட வலிய நா ரொம்பவே விரும்புனேன். மறுபடியும் இந்த தடவ வேகமா உள்ள திணிச்சேன். அக்கா தன்னோட வாய பொத்திக்கிட்டா. யனக்க வேகம் அதிகரிக்க தொடங்கிச்சி. அவளோட கண்ணுவிட்டத்த பாத்தபடியே தா இருந்துச்சு; ஒரு தடவகூட அவ யன் கண்ண பாக்கல. எதுவும் இந்த வேகத்த தடுக்க முடியாதுன்னு வீரியமா தன்ன மறந்த நெலைல உள்ளேயும் வெளியேயும் போயிட்டுருந்த யன்ன கொழம்ப வெச்சது எடைல தொடங்குன அவளோட சிரிப்பு சத்தம்தான்.

மொதல்ல அத நா கண்டுக்காம விட்டுட்டேன். பக்கத்துல இருந்த கெழவி சிரிச்சதும்தான் யனக்கு ஏதோ உறுத்திச்சு. இருந்தும், நா ஆழமா சுண்ணிய நொழச்சேன். அக்கா சத்தமா சிரிச்சா.

புரியாத நானும் தொடர்ந்து முன்னவிட ஆழமா இந்த மொற இறுக அழுத்தி குறிய புகுத்துனேன். அவளோ அதிக சத்தமா சிரிச்சா. அந்தச் சிரிப்பு யன்னை பரிகாசப்படுத்தது போல தெரிஞ்சுது. கூடவே கெழவியும் சத்தத்தோடி சிரிச்சா. அஞ்சு ஆறு தடவ நா பலமா அவளோட வலியோடி, மொனகலையும் கேக்க பலவந்தமா மொயற்சி பண்ணேன். எவ்வளவுத்துக்கு மொயற்சி பண்ணேனோ அவ்வளவுத்துக்கு சிரிப்பு அதிகமாச்சி. ஏமாந்த கோமாளிய பாத்து சிரிக்கது போல மாறி மாறி சிரிச்சாவ. விடாப்பிடியா நானும் மூச்சிரைக்க பலத்தோடி கடைசியா அவ்வளவு வேகமாவும், ஆழமாவும் சுண்ணிய புகுத்துனேன். சிரிப்பு கூடிச்சு. ரெண்டு பேருமே தொடர்ந்து பரிகாசமா சிரிச்சாவ. அக்காவோட இந்தச் சிரிப்பு யன்னை அவமானப்படுத்துறதா நெனச்சேன். அதுதான் உண்மயும்கூட. அவங்க சிரிப்பால யன்னோட குறிக்க வெறைப்பு தணிய தொடங்குச்சி. நா பலமில்லாம போன ஆளா கூனி குறுகுனேன். யனக்க மிருகத்தனமான அந்த நெலைலயிருந்து சுய நெனைவுக்குத் திரும்புறது போல ஒணர்ந்தேன். ஒடனே நிக்கர மேல இழுத்துட்டு மூலைல கால்மடக்கி தல குனிஞ்சு அழத் தொடங்குனேன். அக்கா கெடந்த படியும் பார்வ அப்டியே குத்தி இருக்க கெழவி யன்னை பாத்துட்டேவும் ரொம்ப நேரமா சிரிச்சாங்க. நா தளர்ந்து போயிட்டேன். யன்னால எழும்பி நகரக் கூட முடியல. கண்ணு சொருவி மயக்கமாகுற வரைக்கும் அவங்க சிரிப்புச் சத்தம் யன்னை இஞ்ச் இஞ்சா கீறிட்டே இருந்து.

யாரோ இல்ல எதுவோ தன்னோட பலமிழந்த, வெயில்ல காஞ்ச வெள்ளரிக் கையால தூக்கி நா வழக்கமா தூங்க எடமான நடு வீட்டுல, விரிச்ச பாயில கெடத்துனது. அப்போ எமயகூட தொறக்க ஏலாத யனக்கு தளர்ந்த அந்தக் கரத்த விட்டு வெளியேற ஏனோ விருப்பமில்லாம போயிட்டு.

அனைவருக்கும் வணக்கம்,

எனது பெயர் பிரான்கோ. நான்...நான்.. இல்ல இல்ல இன்னொரு மொற எடுப்போம்.

அனைவருக்கும் வணக்கம்,

எனது பெயர் கிரான்கோ.

நான் கடந்த இருபது வருடங்களாக விருப்பக் கொலைகளை

நிகழ்த்தும் மருத்துவராக இருக்கிறேன்.

விருப்பமின்றி உலகத்துக்குள் நுழைந்த உங்களுக்குக் குறைந்த பட்சம் மரணத்தைத் தேர்ந்தெடுக்கும் வாய்ப்பினை நாங்கள் உங்களுக்கு அளிக்கிறோம். விதி மேல் இனிமேலும் பழி போட வேண்டாம். தற்கொலை முயற்சியால் உயிரைக் காயப்படுத்தவும் வேண்டாம்...

த்க்கு... த்க்கு... த்க்கு.. தண்ணி... தண்ணி

7

அந்த சம்பவத்துக்க பொறவு அக்கா பக்கமோ கெழவி பக்கமோ போறதில்ல. காய்ச்சல் கழிஞ்ச பொறவு யனக்க குண்ணைல ஒரே தரிப்பு. ஒண்ணுக்கு அடிக்கப்போ தாங்கொண்ணா வலி. நெறைய தண்ணி குடிச்சு மோண்டும் பாத்தேன், தரிப்பு தீரவே இல்ல. செலருக்கு சூத்துல புண்ணு வந்துருக்கும். போதிய நார்சத்து கெடைக்காத காரணத்தாலயும், தண்ணி குடிக்காதனாலயும் பீ கட்டியா வெளிய போவும். அப்டி போறது சூத்த கிழிச்சிட்டு போயிரும். கிழிஞ்ச தச கொணமாகதுக்கு கொஞ்ச நாளாவும். அதுவரைக்கும் குத்த வெச்சு முக்கி தூறும்போ வலி தலைக்கு ஏறும். நெலகொலஞ்சு போயிருவோம். எங்களோட ஊர்ல இது மாதிரி சூத்துலயோ, சுண்ணிலயோ ஏதாவது ஒண்ணுனா நோய் முத்துன பொறவு தா டாக்டர்ட காட்டுவோம். யனக்கோ சுண்ணிலயிருந்து இரத்தம் வருதுனுகூட வீட்டுல சொல்ல கூச்சமாயிருந்து.

ஒரே நிமிஷம் அந்த கரைல நொண்டி நொண்டி போறாமில்லா அந்த கெழவன். அவனுக்கு ஒத்த பாதம் பின்னாடி தெரம்பி ஏன் இருக்கு தெரியுமா? இருங்க, அவன்ட பேசட்டு.

‘லே கொம்மைய ஓத்த பயலே நொண்டி நாயே. கொட்டைக்குக் கோயில் கட்ட செங்கல் கொண்டு போனதுல ஓங் கணுக்காலு தெரம்பி கெடக்கு இல்லா அத சொல்லிட்டு இருக்கேன்.’

‘லே கெழட்டு புண்டாமோனே கேக்குதா?’

கவனிக்கல நாயி. கேட்டும் கேக்காத மாரி சிம்ம போக்குல

போறான். நா இங்க தானே உண்டு பாப்போம். கொஞ்ச நாளா மூச்சு விட முடியமாட்டேங்கு. பழய அடி எல்லா இப்போ தா வெளிய தெரியூவ். ஊருல மாவு அரைக்க மில் வெச்சுருந்த லிஸ்டஸ்க்கு ரெண்டு மோனுவ. நா சின்ன வயசுல அவனுவள பாத்துருக்கேன்; சாவதுக்கு ரெண்டு மாசத்துக்கு முந்தியும் அவனுவள பாத்தேன். செத்த பொறவு அவனுவளுக்க பொணத்தையும் பாத்தேன். வயசு ஏற ஏற விகாரமா போயிட்டானுவ. ஒரு கட்டத்துல அந்த விகார நெலையிலயே வாழ சகிக்காம ஒருத்தெனுக்கு மத்தவென் குவாட்டர்ல வெசத்த கலந்து கொடுக்க அவென் செத்ததும் மத்தவென் பைக்குல பாஸ்டா போய் பஸ்ல ஏத்திட்டான். ஒரு காலத்துல எளமைல துள்ளி திரிஞ்சி, கிட்டார் வாசிச்சி ஆத்தங்கரைல பயக்ககூட சந்தோசமா இருந்தவனுவ சின்ன காதல் தகராறுல செமத்தியா அடி வாங்குனானுவ. எத்தன பேரு சேந்து இவனுள அடிச்சானுவளோ அதுக்கப்புறம் கூன் விழுந்த ஆளுங்க போல குனிஞ்சே நடக்க ஆரம்பிச்சானுக. குடி பழவி, அழுக்கு துணியோடி திரிஞ்சானுவ. இவனுவளுக்க நெலமய பாத்த லிஸ்டஸ்க்கு நெஞ்சு நோவு வந்து. தள்ள கூன் முதுக கண்டே வருத்தத்துல செத்தா. ரெண்டு பயக்களும் செத்தத கேட்ட தவொப்பன இவனுவள பொதச்ச அடுத்த நாளுல நாலாவது ஆளா பக்கத்துலயே பொதச்சோம். சின்ன வயசுல இருந்தே இப்டி எவன்டயும் அடி வாங்கீரக் கூடாது; ரெண்டு அடி குடுத்தாலும் பரவாயில்ல இவனுவள மாரி கூன் முதுகோடி வாழக் கூடாதுனு நெனப்பேன். அந்த நெனப்பு செல நேரம் பயத்துலயும் கொல பண்ணுத ரசிக்கவும் வெச்சுது. இதுல பெரிய ஆச்சரியம் ஒண்ணுங் கெடையாதே.

இன்னா இங்கயிருந்து நாலு வீடு தள்ளி போனா ஜோலியாஸ்க்க மொவேன் இருந்தான். ஓங்களுக்குத் தெரிஞ்சுருக்கும் பேப்பருல வந்துச்சாமே. பன்ரெண்டோ பதிமூணோ வயசு. பயலுக்கு ஒரே பாம்பு பைத்தியம். வெளைல கொல அறுக்க தவொப்பேன் கூட்டீட்டுப் போனப்போ நல்ல ஆறடி நீள நல்லபாம்பு வரப்பு கிட்ட உள்ள பொந்துக்குள்ள ஓடி ஒளிஞ்சுருக்கு. ஜோலியாஸ் மம்பட்டிய கீழ போட்டுட்டு பயல கையோடி தூக்கிட்டு நெடுவ ஒரு ஓட்டம் ஓடுனான். பயலுக்கு என்னாச்சோ எறக்க சொல்லி அடம்புடிச்சு நெளிஞ்சி ஜோலியாஸுக்க காத கடிச்சுட்டான்.

பதற்றத்துல புரியாம பாத்தா பயலுக்க நீல கண்ணு மஞ்ச நெறத்துல மாறீட்டு. ஜோலியாஸ் புரியாம அப்டியே நின்னுட்டான். பாம்ப கண்டு பயந்ததவிட பயல பாத்து அதிகமா பயந்துபோய் காட்டு கத்து கத்துனான். அப்டி என்னத்த புள்ளேட்ட கண்டானு தெரியல. தவொப்பனுக்க பிடிலயிருந்து எறங்குனவென் நேரா பாம்பு ஒளிஞ்ச புத்துக்குள்ள வாய உட்டான். சத்தங்கேட்டு வந்தவனுவ எல்லா வெடவெடத்துப் போயிட்டானுவ. வாயில பாம்புக்க கழுத்த கவ்வி வெச்சுட்டு மஞ்ச கண்ணு மின்ன பய கைல வெச்சு பாம்ப தடவான். பாம்பும் அடக்க ஒடுக்கமா கொழந்த போல கைல கெடந்து. அண்ணைலயிருந்து எங்க பாம்ப கண்டாலும் ஜோலியாஸ்க்க மோன தா கூப்புடுவாவ. அவென் வீட்டுல இப்போ முன்னூறுக்கு மேலா பாம்புங்க இருக்கு. போன வாரந்தான் அந்தப் பய செத்தும் போனான்.

இன்னொரு பொம்பள உண்டு. அவ எப்போவுமே வெள்ள சீல தா உடுத்துவா. மாப்புள உயிரோடி இருந்தாலும் அவளுக்கு அந்தக் கலரு மேல பயங்கர பிரியம். வெத்தல போடது மட்டுமில்லாம கெழவிக்கு குடி பழக்கமும் உண்டு. குடிச்சுருக்க சமயமா பாத்து அவள்ட்ட வாய் நீட்டுனாலும் ஒத்த கெட்டவார்த்தகூட விழாம கண்ணியமா பேசுவா. அந்தக் கெழவிக்கு நல்ல காரமான வருத்தமெல்லா நெறையவே உண்டு. வழக்கம் போலத்தான். அந்த வருத்தத்த போக்க கரைக்கோட்டுல உள்ள யாராலயும் முடியல. விசயம் இதுதான். அந்தக் கரைல யனக்க வீட்டுக்கு மூணு வீடு தள்ளி கொமத்திரையன்னு ஒருத்தென் இருந்தான். ஆளு இப்போ இல்ல செத்துப்போயிட்டான். நல்ல காரியக்காரென் பாத்துகிடுங்க. இவேன் என்ன செய்தான்னா இந்தக் கெழவிக்கு குவாட்டர் வாங்கிக் குடுத்து வெள்ள பேப்பருல கைநாட்ட வாங்கிட்டான். பத்துரம் கித்துரம் எல்லாத்தையும் இவளும் குடுத்துருப்பா. கிக்குல கெழவிக்கு மொதல்ல ஒண்ணும் தெரியல. அப்புறமா தா பத்து சென்டு நெலத்த கொமத்திரையன் ஏமாத்தி புடிங்கிட்டான்னு அவளுக்கு வெளங்கிச்சி. கத்தி பாத்தா கெஞ்சி பாத்தா கொமத்திரையன் அதுக்கெல்லாம் அசரவேயில்ல. தெனமும் கொமத்திரையன் வீட்டுக்குப் போயி பொறண்டு பொறண்டு மன்றாடுதும், கொமத்திரையன் கெழவி வீட்டுக் கிட்ட வந்துட்டாலே கதவு, சன்னல்கள சாத்துரதும் வாடிக்கையாயிட்டு.

வெள்ள சேலைல போறவா மண்ணு பட்ட அழுக்கோடி திரும்புவா. யாருட்ட போய் எவன்ட சொல்லதுக்கு? வெள்ளச் சீல கெழவிக்க பிள்ளேளு இன்ணைக்கு ரோட்டோரத்துல குடிச போட்டு வாழுது. தென்ன வோல மொடஞ்சு வருமானம் ஈட்டுது. நல்ல வேள வெள்ள சீல கெழவிக்க அடுத்த தலமொற பேக்டரிக்கு போய் படிக்கல. நல்லதுதானே! ரோட்டோரத்துல விடியதுக்க முன்னமே யாரும் பாக்காத மாரி ஆத்தங்கரைல கக்கூஸுக்கு போவதுக்கு நல்லாவே பழவிட்டாவ. கெழவி செத்ததும் தா எல்லாருக்கும் தெரிஞ்சுது அவள்ட இருவத்தி ஒம்பது வெள்ள சேல உண்டுனு. கொமத்திரையன் அடக்கத்துக்கு வந்தான். குழிய தோண்டி கெழவிய தேடுனாலும் கெழவிக்க வருத்தத்த எவனாலயும் போக்க முடியாது. கெழவி அங்க இருந்தாதானே.

அந்தக் கரைல நம்ம வீட்டுக்கு நேரா மூணு வீடு. மூணு பேரும் அண்ணந் தம்பி மாருவ தா. மூத்தெவேன் மந்துரவாதியா பொழப்ப ஓட்டுனான். அவென் எப்டி செத்தான் தெரியுமா? யாரும் அவன கண்டுக்காம தனியனா செத்துருக்கான், பொணம் அழுவி நாத்தமெடுக்க வர எவனும் பொதைக்கல. வாயிலயிருந்து நாத்தமடிக்க புளுபோன பொறவு தா பொதைக்க வக்கில்லாம எரிச்சானுவ. இதுல ஒரு கூட்டம் கைல ஜாடிய வெச்சுட்டு எரிய பொணத்தோட பொகைய புடிச்சிட்டு இருந்தானுவ. அந்தக் கூட்டத்த மிம்மிக் கூட்டம்னு சொல்லுவோம். கூட்டத்துல இருக்க அத்தன பேரும் இருவது வயசுக்கும் கொறைவா உள்ள பயலுவ தான். அசைலத்துல இருந்து வெளிய வந்தது, வீட்டவிட்டு தனியா ஓடி வந்ததுனு கரைக்கோட்டுலயே முப்பதுக்கும் மேல ரெஜிஸ்டர் பண்ணாத உறுப்பினர் மாருவ உண்டு. மந்துரவாதி களுக்கும் இவனுவளும் எப்பவுமே தொடர்புல இருப்பானுவ. அத்தன பேருகிட்டயும் பைக் உண்டு. நெடுஞ்சாலைல சொய்ங் சொய்னு போறதும், கஞ்சாவ வலிச்சிட்டு பாதி காலத்துல ஒலகத்த மறக்கதுமே இவனுவளோட முக்கிய வேல. அவனுவளுக்க மன்றத்துக்கு ஏறாத தத்துவமே வேற. அந்த தத்துவம் புடிச்சு போயி நானும் ரொம்ப நாள் அவனுவகூட சுத்த தொடங்குனேன். எனட்ட வண்டி இல்லாதனாலயும் அவனுவள வர வர புடிக்காதனாலயும் நா வெளிய வந்துட்டேன். இந்தக் கூட்டத்த பத்தி சொல்லணும்னா இவனுவ அதிக காலம் உயிரோடி வாழ மாட்டானுவ. பின்ன,

பெரிய குழி வெட்டி குழில நல்ல வாட்ச போட்டுட்டு ஏதாது சின்ன பிள்ளேல் கிட்ட அந்த வாட்ச்ச எடுக்கச் சொல்லி அடிச்சு கொன்னு பொதைச்ச பொறவு மண்ட ஓட மை எடுக்கதுக்கும் எலும்புகள பொடிச்சி நல்லெண்ணெயோடி கொழப்பி மந்துரவாதி களுக்கு களிம்பு தயாரிக்க கொடுக்குறவனுவ அதிக நாள் வாழனுமா? அதுமட்டுமா அவனுவ கைவெக்காத எடம் ஒண்ணுகூட கெடையாது. பயலுவ பாவந்தான் ஒண்ணு ஏதாது ஆக்ஸிடென்ட்ல சாவானுவ இல்லேணா தாரோக் அடஞ்சுருவானுவ. ஹீசத்துக்க வேலனால விழிப்புலேயே மூள சாவு அடஞ்சுருது இப்போ ரீசண்டா அதிகமாயிடிச்சி. இவனுவளுக்கு ஒரு மூள அந்த சுண்ணிய ஊம்புன மூளைக்கு சாவு ஒரு கேடு. ஆனா இந்தக் கூட்டத்துக்கு அரசியல்வாதிகள தெரியும். பைசா உள்ளவனுக்கும், பவர் உள்ளவனுக்கும் மூத்துரப்பை கெடையாதுனு சொல்லது உண்மயா? பணக்காரெனுவ குண்டி கழுவுவானுவளா, ம்ம்ம்...

1998ல இந்த மிம்மிக் கூட்டம் நல்லா திட்டம் போட்டு ஒரு வேலைய பாத்தானுவ. ஏன்? எதுக்குனுகூட இண்ணு வரைக்கும் தெரியாதனால கேசு பெண்டிங்ல கெடக்கு. அதாவது, 1998 கூழ மாசம் பரட்ட நாளுல சந்திரன் புட்டப்புல உதிச்ச நேரம் இவனுவ கீழச்சல் பாலத்த தாண்டி உள்ள வீடுகளுக்க எதுத்தாப்புல கூடுனானுவ. கைல ஒவ்வொருத்தனும் வெட்டோத்தியும், வாளுமா வெச்சிருந்தானுவ. வரிசையா நின்னுட்டு அரிகோனுவோ ஹாத்தே சொரிமூயோ.. சா! கேக்குதயுவே அரிமுவோத் கூ..! சா..! சா....ஏயேயேன்னு பத்து வீடுகளுக்குள்ள புகுந்து வீட்டுல உள்ள ஆட்கள எந்த முன்பகையும் இல்லாம, சொல்லாம கொன்னு ஆளுகள கூறு கூறா வெட்டி ஆத்துல ஏறிஞ்சுட்டானுவ. இதுல என்ன ஆச்சரியம்னா பாதி வீடுகள்ல மிம்மிக் கூட்டம் போவதுக்கு முந்தியே ஆளுவ செத்துப் போயிருந்தாவ. ஏன், எதுக்கு, எப்டிங்க கேள்வி எழாமலே ஊர்காரங்க சவ ஊர்வலத்த நடத்துனாங்க.

செரி விசயத்துக்கு வருவோம், இப்போ ஆளில்லாம செத்த மந்துரவாதி அண்ணனுக்க அடுத்த வீட்டுக்காரன் ஒரு ஊம. ஊமனு சொல்லதவிட அவன வேற எப்டி சொல்லதுக்கு? யாரோடையும் அவென் பேசுது இல்ல பழவதும் இல்ல. இப்போ கறுப்புத் துணிய வாயில கெட்டீட்டு தா வீட்டவிட்டு வெளியவே வருவான். அவனவிட அவென் வீடு தா முக்கியம். ஏண்ணா,

மந்துரவாதி அண்ணனோட வீடவிட ஒரு அடி ஓயரமா தம்பி கறுப்புத் துணிக்காரென் தன்னோட வீட கட்டீருப்பான். இவனுவ ரெண்டு பேரயும்விட கடைசி தம்பியோட வீடு இன்னும் ஓயரமா அமஞ்சுருக்கும். இந்தக் கடசி தம்பி இருக்கானே அவனுக்கு பூனா ரொம்பவே புடிக்கும். செம்பருத்தி, கலர் கலரா ரோஜா, பிளாஸம் பூனு ஆத்துக்க முன்னாடியே நட்டு வளப்பான். பூத்துக் குலுங்க பூவ எவனாச்சு பறிச்சாலோ கொலகாரேன் ஆயிருவான். கேட்டா அதுக்கு தனிவெளக்கமே வெச்சுருப்பான். இந்தப் பூக்கள அவென் நெய்ஞ்சு உடுப்பா போட்டுப்பான். இவனுக்க உடுப்ப நெய்யதுக்குனே இவென் பொண்டாட்டீய வெச்சுருக்கான். அதனால இவங்க ரெண்டுபேருக்கும் கொழந்தையே பொறக்கலைனு அரசல் புரசலா பேசிப்பாவ. இங்க கிட்ட வாங்க... அவென் பொண்டாட்டிக்க பேரு புளோறியாக்கும். இவா மந்துரவாதிகூட கள்ள ஓழ் ஆக்கும் அடிச்சிட்டிருந்தா. யனக்கு எப்டி தெரியும்னா நா ராத்திரி தூங்கதில்லலா மந்துரவாதி கெதில இருக்கும்போ ஒரு டார்ச்லைட் அடிச்சிட்டே வெள வழியா தம்பி பூக்காரேன் வீட்டுக்கு வருவான். அவெ ஒரு கொன்ன வெடியாக்கும். மந்துரவாதி வெளிய போவநேரம் லைட்ட போடுவா. நா கண்ணால கண்டது. எங்கயும் சத்தியமடிப்பேன் இந்த சகோதர மாருவ ஒப்புல தா பிரிஞ்சானுவேனு.

இவேன் பூ உடுப்ப நெய்ஞ்ச மொத நாள் போட்டானா மயிறடஞ்ச ஒடம்புக்கு தோதா பாக்கதுக்கு அழகா தெரியும். மூணு நாளுல குண்டிய ஒட்டிட்டு இருந்த பூ பிஞ்சு போய் காத்துல படபடக்கும். அந்தக் குண்டி மாமாக்கு மலர் ஆடைய அணியத போல ஆர்காஸம் தர்றது வேற எதுவும் இல்லனு நெனக்கேன்.

ஆர்காஸம்னு சொன்னதும் தா ஞாபகம் வருது, யனக்க பக்கத்து வீட்டுக்காரன் இருக்கானே இவென் கோவத்துக்குப் பெயர்போன ஆளு. கோவத்துல செலர் என்னென்னமோ பண்ணத பாத்துருக்கோம். ஏன் பலர் கொலகூட பண்ணுவாவ. இவெனுக்கு என்னேணா ஆத்துரம் அதிகரிச்சா ஆர்காஸம் வந்து அப்டியே வேட்டி நனஞ்சுரும். பவுண்டேஷனே எழுப்பாம யனக்க வீட்டுக் காம்போண்டுக்க மேலயே இவென் வாடகைக்கு விட வீடு கட்டுனான். நா என்ன பண்ணேன்னா ராத்திரியோடு ராத்திரியா சுத்தியலயும் கடப்பாரையும் கொண்டு யனக்க பங்கு காம்போண்ட

ஒடைக்க தொடங்குனேன். சத்தம் கேட்டு வந்து எட்டி பாத்தவன் ஏ..ஏஏ..ன்னு கத்துவான். அப்டியே ஆ...னு அடங்குவான். தேவிடியா பயலே அடுத்தவென் ஊட்டு காம்போடோடியா பில்டிங்க எழுப்பனு அவென் ஆத்திரத்த தீண்ட கத்துவேன். சசித் தாயோளியேனு கத்துவான் அப்புறம் ஆ....னு அடங்குவான். யனக்கு உள்ளுக்குள்ள ஒரே சிரிப்பா வரும். நா அண்ணைக்கு ராத்திரியே யன்னோட பங்கு காம்போண்ட ஒடச்சு தள்ளீருப்பேன். பாவம் அவென் ரொம்ப களச்சிப் போயிட்டான். அதனால பாவம்பாத்து ஒடைக்கத அப்டியே விட்டுட்டேன். யனக்க பலகீனம் யாதுனா களச்சிபோனவிள கண்டாலே மனெம் எரங்கீரும்.

இந்த ஊருலயே பிட்டல் கெழவர தா யனக்கு ரொம்பப் புடிக்கும். ஆளு இப்போ பழய போல இல்ல நொடிஞ்சு போயிட்டாரு. அவருக்க சின்ன வயசுல பிட்டல்னா ஊரே நடுங்கும். ஒண்ணாந் தர குடிகாரேன். ஒரு மொற குடிச்சிட்டு வேட்டிய கொடிக்கம்பத்துல சுத்தி தீய பத்தவெச்சி கொழுத்தீட்டு மப்பு ஓவராவ கம்பத்துக்க அடிலயே ஒறங்கீட்டாரு. பிட்டல் கெழவருக்கு நவீனத்துக்க மேல நம்பிக்கையே கெடையாது. கொரோனா எப்டி வந்துனு கேட்டா போன் டவருலயிருந்து வரூவ்ம்பான்.

ஒரு வகைல பாத்தோம்னா கெழவேன் சரியான முட்டாக் கூதியான். தனக்க ஒழைப்பு மேல மட்டுமே நம்பிக்க வெச்சு வாழவென் முட்டாப் பயதானே? சின்ன வயசுல நா குண்டா இருக்கத பாத்துட்டு குண்டாமவனே குண்டாமவனேனு ஆசையா ஓம பொடியோ,சீவலோ யாருக்கும் தெரியாம கள்ளப்பண்டம் வாங்கித் தருவாரு. அதுனாலயோ என்னவோ யனக்கு அவர புடிச்சுப் போயிடிச்சி. இவரோட ஒழைப்புக்கு கரைக்கோட்டுல எவனும் ஈடு கொடுக்க முடியாது. கெழவருக்கு நூத்திபதினோரு வயசாவு. ஆனாலும் நம்மாட்டீய தூக்கிட்டு, தெனமும் இல்ல எப்பமாது சரியா வாரத்துல மூணு நாளு வேலைக்கிப் போயிருவாரு. அன்னண்ணைக்கு ஒழைக்கணும் அன்னண்ணைக்குத் தின்னணும் இது தா இந்தாளோட தத்துவம். சிகரெட்ட விட்டு பீடி இப்போ மூக்குப்பொடி போடுவாரு. அவர நெனச்சா செல நேரம் பாவமா தோணும். வான்கோழி ஒண்ண குஞ்சாயிருக்கும் போதே வாங்குனாரு. எவனோ கூட வேல பாக்கவென் குடுத்துருப்பான் போல.

குஞ்சுக்கு நல்ல தீனி போட்டு கிடுகிடுனு வளத்துனாரு. அத வெட்டுனா கண்டிப்பா யனக்கும் பங்கு குடுப்பாரு. ஆனா நடந்ததே வேற, எழுவுடுத்த வான்கோழி அவர மயக்கிடுச்சி. தூங்க நேரங் கூட அத அணச்சியே தா தூங்குவாரு. பொதுவா பெண்ணு கெட்டாதனால ஊருல அவரையும் வான்கோழியயும் தப்பு தப்பா பேசுவானுவ. அவரு அதெல்லாம் கண்டுக்க ஆளே இல்ல. நா வீட்டுக்கு போனா எழவெடுத்த வான்கோழி யன்னை எப்பவும் கொத்தக்கே வரும். அவெரு அத ஆசையா வருடி கொடுக்கத பாக்கணுமே. காதல்கூட தோத்துரும். வான்கோழியா பொறந்தா பிட்டலுக்க வீட்டுல தா பொறக்கணும். என்ன என்னேணு செஞ்சு பாத்துப்பாரு தெரியுமா? அப்டி செஞ்சும் ஒரு நல்ல நாளுல அந்த வான்கோழி சீக்கு வந்து செத்துடிச்சி.

சீக்கு வந்தா என்ன பீக்கு வந்தா என்னேணு நா வான்கோழிய கொழம்பு வெக்க கேட்டேன். தரவேயில்ல மனுசென். அழுது பொரண்டு கூரு கூடி கடைசீல பெட்டி வெச்சு அடக்கம் பண்ண அளவு நெலம போயிடிச்சி. வேற என்ன செய்ய? வெள்ள போர்வ போர்த்தி எழவ அடக்கமும் பண்ணோம். அதுக்கப்புறமா பிட்டல் ஆளே மாறிட்டாரு. ஒரு வான்கோழியோட மரணம் எப்டி ஒரு மனுசன விளிம்புக்கு தள்ளும்ங்கத பிட்டல்கிட்ட நா கண்டே. வான்கோழி அவெருக்கு மொவா போல. பூச்சகுட்டி, நாயி, மண்புழு எல்லாம் வளத்து பாத்தாரு. ஆளுக்கு அது சரிபட்டு வரல. தலய தொங்க போட்டுட்டே தா இண்ணும் நடப்பாரு. யாருகிட்டயும் மொகம் காட்டாம ஒப்புக்குப் பேசிட்டுப் போவாரு. எங்க போய் யாருட்ட முட்டதுக்கு? ஏதேசம் இன்னொரு மாசத்துல பிட்டல் செத்துருவாருனு நெனக்கேன். அவரு சாவத பாக்கணும்னு ரொம்ப நாளா ஆச. அந்த மீச துடிச்சு அடங்கி மயிராகி போகத பாக்கணும். இழுத்து இழுத்து மெதுவா செத்தா கொள்ளாம். பாப்போம்.

சொறி குடும்பத்த பத்தி சொல்ல மறந்துட்டனே. சொறிங் குறவென் ஒரு வியாபாரி. ரெண்டு தலமொறையா தா இங்க கரைக்கோட்டுல வசிக்கான்; என்ன பெரிய சுண்ணிய ஊம்புன தரவாடு? எங்கிருந்தோ பொழப்புக்குக் குடும்பத்தோடி வந்து சேந்துருப்பானுவ. நெட்டியடிச்சா குதிச்சிருப்பானுவ? மண்ணுல ஊணித் தானே பொறந்துருப்பானுவ? பரதேசித் தாயோளிங்க.

இந்தச் சொறிக்கும் இவனுக்க குடும்ப ஆட்களுக்கும் மத்த மனுசனுகள போல மண்டைல முடி வளராது. முடிக்கி பதிலா திட்டுத் திட்டா தெரண்ட மண்டைல சேந்த பொடுகு செதில்க; மூடி போல கூடி வளந்து தெரண்டு மீன் செதிலா வெயிலுக்கு பளபளக்கும். வெள்ள வெள்ளயாவும் தூரத்துல நின்னு பாத்தா லைட்டா மஞ்ச அடிச்சும் தெரிய இவனுவளோட மண்டய கண்டாலே பயமாட்டிருக்கும். சொறி வந்தது போல இவனுவ மண்டய வெச்சுருக்கதுனால ஊர்காரனுவ சொறி சொறின்னே கூப்ட்டு அதுவே நெலச்சிடிச்சி. சொறி குடும்பம் என்ன கேட்டா நல்ல குடும்பம். ஏன் சொல்லுறேன் தெரியுமா? மூத்த சொறிக்க வீட்டு வாசல்ல தெனமும் காலைல ஏழு மணி ஆயிடிச்சுனா வெள்ள கலருல தெரு நாய் ஒண்ணு வாசலுலயே படில பேண்டுட்டு காத்து நிக்கும். மூத்த சொறிக்க தவொப்பன் வெள்ள செதில் பொடுகு மண்டைய செதுக்காம சாரத்த மட்டும் கெட்டிட்டு இதுக்குனே அந்த நாயிக்கு ஒரு நாள்கூட தவறாம பிஸ்கட் போடுவான். நாய வெரட்டீட்டு நானே ஒண்ணு ரெண்டு தடவ பிஸ்கட்ட தின்னுருக்கேன். உப்பும் இல்ல காரமும் இல்ல சப்புனு யன்னை பெத்தவனுக்க சுண்ணி பவுடர நக்குன மாரி இருந்து. மத்தபடி ஆளு வட்டிக்கு விட்டுத்தான் தொழில் நடத்துறான். கடவுளுக்குப் பயந்து தொண்டு செய்ஞ்சு வாழுறான். நல்ல குடும்பம்.

விரும்புகிற ஒவ்வொரு நொடியிலும் இன்சூரன்ஸ் தேவைப் படுகிறது. கழுத்து கத்தியை காதலிக்கிறது. இதயம் பீறிட்ட ரெத்தம் மேல் மண் தூவப்படுகிறது. அடேய் மால்கம் உன்ன சுட்டது வெள்ளயனில்லையாமே!

எதுக்கு இந்தப் பயலோள பத்தி பேசீட்டு? பத்து பைசாக்கு பிரெயோஜனம் இல்ல. யனக்கு ஒரு மாதிரி வருது பாத்துகிடுங்க. நல்லா பயமா இருக்கு. காலு நடுங்கி தொண்ட கவ்வி பயமாட்டு இருக்கு.

பாதத்துலயிருந்து மண்ட வர ஒரே பாய்ச்சலுல எலி குஞ்சி யொண்ணு கீழேயும் மேலயுமா போவது போலயும், இந்த எலி குஞ்சி மெதுவா போறதாட்டும் யன்னால அப்டி மெதுவா போறது எதுக்குனு புரியாம பயத்துல நடுக்கம் அதிகரிச்சி... யப்போ ஓங்களிக்கி. பயமா இருக்கு, யனக்கு பயமா இருக்கு.... அப்டியே

உக்காந்தா கொள்ளானு தோணுவ்.... செத்தாலும்... செத்தாலும்...

இந்த பிஸ்கட் உண்டுல்லா? சாவ கெடக்கதுக்கு பிஸ்கட்டு. இந்த எலிமிச்சத்த வாங்கீருவோமா? சும்மா இருடே காலு நடுங்க நடுக்கத்துக்கு. கொஞ்சோண்டு உப்பு தண்ணி குடிப்போம். சுண்ட கடிக்காதல நாய; நீ சுண்டு தோல பல்ல வெச்சி உரிக்க உரிக்க ஒனக்கு தா கஸ்டமே. ஐயோ! சுகரு இல்ல பிரசறா இருக்குமோ? ஆமா சுகரும், பிரசறுகளும் வார வயசாடே இது? ஒரு மயிறும் செய்யாது கெடந்து ஒறங்குனா எல்லாஞ் சரியாவும். செரி, நீ தூங்கி எத்தர நாள் ஆச்சு? தூக்கத்துக்கு இல்ல சத்தா ஒரு குண்ணையும் தின்னதில்லையே. செறப் புண்டயா இருக்கு; தேவிடியா மவனுவ, சதிச்ச புண்டாமோனுவ, கொம்மைய ஓத்த பயலுவ ஊம்பித் தள்ளய ஓத்த புண்டாமக்க. அவனுளுக்க பிள்ளேல நாய் ஒக்க...தூ...பைசா வெச்சுட்டு ஆட்ட ஆட்டுக்கு....வர ஆத்துரதுக்கு எவனையாது குத்தி கொன்னுருலாமோனு தோணுவ்.

இவனுளுக்க சுண்ணிய அறுத்து தின்னுரணுமுல. ஊட்டுக்குள்ள குப்பையும் கூழயும் எழவுகளோடி. கொஞ்ச தண்ணிய குடி. மெதுவா, காத்த முழுங்காத. மூக்க பொத்தீட்டு குடி ஹா...ஹா மூக்க பொத்துல வாய் வழியாவும் உட்டுராத. நெஞ்சு துடிக்கது கேக்குதா? திமிராத நீ; பதற்றப் பட பட மூச்ச ரொம்ப நேரம் புடிக்க முடியாது. ப்பாபாஹ்க்க். எப்டி நல்லாயிருக்கா? இத விக்கலுக்குக்கூட பண்ணலாம். சட்டுனு விக்கல் நிக்கும்.

8

கொஞ்ச நாளுக்க முன்னாடி கொஞ்ச நாள்னா கொஞ்ச நாள் இல்ல கொஞ்ச வருசத்துக்க முன்னாடி அழுக்கடிஞ்சி கிழிஞ்ச பச்ச கலர் ராணுவ யூனிபார்ம் போட்டுட்டு, கழுத்து வர சிக்கான மயிறோடி வெள்ள கலருல கீழச்சல் பாலத்துக்க கிட்ட இங்கோடி அங்கோடியுமா ஒருத்தென் சுத்தீட்டு திரிஞ்சான். அடிக்கடி என்னவோ மொனங்கீட்டும் செல நேரம் சத்தமாட்டு லே! நீ யன்னையச் சுடுல யாம்புல பயப்படானு தன்னந்தானே பொலம்பீட்டும் அலைவான். ஊருல யாருமே அவெம் பக்கம் போறதில்ல. இந்தக் கெழவி மட்டும் அடிக்கடி போயி சுட்ட நத்தயும்,

கெழங்கும் குடுப்பா. எதுவும் பேசாம திம்பான். கெழவியும் அவென் தின்னு முடிச்சதும் வீட்டுக்கு நடைய கட்டுவா. எதுவுமே யாருக்கும் அந்நியமாப் படல. இந்த ராணுவ யூனிபார்ம் போட்ட பரதேசி ஊருக்கு வந்ததுலயிருந்து கீழச்சல் பாலத்துக்க அடிலயிருந்து தொடங்கி யாருமே ஆத்துல எறங்கது கெடையாது. இது யனக்கு எங்கோடி தெரியும்னா, யன்னோட குஞ்சு தரிப்பு வந்தில்லா ஒரே வேதன. குஞ்சு ஓட்டையில இருந்து சின்ன சத வளந்து அத அடச்சு ஒவ்வொரு நாளும் அந்த சதை பெருசாவி மோளும் தேங்கி தேங்கி தான் போவும்.

வெளிப்படையா யார்டயாது சொல்லதுங்கது நமக்குப் புறப்பான செயல்தானே? புனிதமா மதிக்க ஒண்ண அவ்வளவு சீக்கரத்துல நா இல்ல யாராலயும் வெளிய காட்ட முடியாதுதானே? அது மட்டுமில்ல கோளாறுல வளர்ந்துருக்க சத எல்லா ஆம்பிளைளுக்கும் வர்றதுதானு நெனச்சுட்டேன். குஞ்சு தரிச்ச வேதனைல பொரளுரத கண்ட கெழவி விடியக்காலைல தட்டி எழுப்புனா. மறுபடியும் அக்காவோட ரூமுக்கு இழுத்துட்டுப் போவாளோனு பயந்தேன். ஆனா, அக்காவோட ரூமோ ரெண்டு நாளா பூட்டியே கெடந்து. யாரு தட்டியும் கதவ தெறக்கல. கைய புடிச்சி நேரா கீழச்சல் ஆத்துப் பாலத்துக்குக் கூட்டீட்டு போனா. அங்க பாலத்துக்க மேல அந்த ஆளு சுருட்ட வலிச்சுட்டே தனக்க பிஞ்சு போன ஷூவ திண்டுல வெச்சி கழத்தீட்டு இருந்தான். கெழவிய பாத்து ஆளு இவென் தானானு ஏதோ கேட்டான். கெழவியும் ஆமாங்கது போல ஏதோ சொன்னா. என்ன ஏதுன்னு கேக்காம நேரா நிக்கர கீழ எறக்கி யனக்க குறி ஓட்டைலயிருந்து மூணு இன்ச் வெளிய வளந்த சதயயும் உத்து பாத்தான். அப்டியே சட்டைய கழத்த சொல்லி சைக காட்டுனான். நானும் கொழப்பபேடில கழத்துனேன். பயப்படாத நா இருக்கேங்கது போலயும் நெறய போர்கள்ல கலந்து பல நாடுகளுக்கு விடுதல வாங்கி கொடுத்துருக்கதாவும் சிம்பன்ஸி பேசது போல பேசுனான். வேற பாசைல பேசுனாலும் அவென் சொன்னது நல்லாவே புரிஞ்சுது. அவெனும் சுருட்ட வாயில வெச்சு ஊதீட்டே சட்ட பேன்ட்ட கழத்தி கெழவிக்க கைல குடுத்தான். அவென் நெஞ்சுலயும், இடுப்புலயும் தோட்டா தொளச்ச தளும்பு மாரி ரெண்டு குழி தெரிஞ்சுது. பாலத்துக்க அடில எறங்கதுக்க முன்னாடி ஒரு பச்ச கலரு கல்ல எடுத்து பாலத்துக்க

அடில எறிஞ்சான். நானும் அவெனும் நெஞ்சளவு தண்ணீல பாலத்துக்க உள்ள போனதும் காலுல இருந்து மேல வர ஒரே சூடா ஒடம்பெல்லாம் காந்தீச்சு. நேரம் ஆவ ஆவ சூட்டோட காரம் அதிகமாச்சி. நா அங்கயிருந்து நழுவ பாத்தேன். அவென் யன் கைய இறுத்தியா புடிச்சி ஒழுங்கா நிக்க வச்சான். வேற வழியில்லாம எல்லாத்தையும் பொறுத்துகிட்டேன். ஒரு வழியா குண்ணையோட ஓட்டய பாதி அடச்சுருந்த சத எளவி ஆத்தோடி போச்சி. வலில தடுமாறி விழப்பாத்தேன். அவென் தாங்கி புடிச்சான். மேல ஏறி வந்ததும் நாங்க உடுப்ப மாத்திகிட்டோம். அவென் கெழவிய பாத்து என்னென்னவோ சொன்னான்.

கெழவி அவளுக்க சீல மடிப்புல பொதுஞ்சு வெச்சுருந்த இளுப்பு நோய் வந்தவங்க பயன்படுத்த உறியதயும் அதுக்குள்ள போட்டு உறியுர மாத்துர உள்ள டப்பாக்களையும் அந்த ஆளுட்ட கொடுத்தா. அவெனும் அத வாங்கி பேண்ட் பாக்கெட்டுல வெச்சுட்டு கெழவியோட கைக்கு முத்தங் கொடுத்தான். பாதி தீந்த சுருட்ட இது தனக்கு இனி மேல் தேவ இல்லேங்கது போல ஆத்துல எறிஞ்சான். ஆறும் சுருட்ட ஊதி சுப்புனு அணச்சுது. அப்புறமா, அவென் போக்குல ரவுத்தி காட்டு பக்கமா போறதாவும் ஹாஸ்தல ஹூஸ்தலானு எதோ உறுதியா மொழங்கி ஒரு சல்யூட்டும் அடிச்சி திரும்பி பாக்காமலே போயிட்டான். நானும் கெழவி கூடவே நடந்து வந்தேன். ஒரு வார்த்த கூட இந்த தேவிடியா கெழவி யனட்ட பேசல. நானும் எதுவும் சொல்லல. இந்த ஆளு போன பொறவு தா சொல்லி வச்சது போல குளிக்க முந்தி வராமயிருந்த மக்க மெதுமெதுவா பாலம் பக்கம் குளிக்கவே வரத் தொடங்குனாவ. வலி சுத்தமா கொறஞ்ச நிம்மதியோடி எந்த வாத்தியான் இன்னைக்கு யனக்க குண்டிய பெரம்பால பதம் பாப்பானோனு யோசிச்சிட்டே அப்போ வீட்டுக்கு வந்தேன்.

'யம்மா தூக்கமே வரமாட்டிங்கு'

'சும்மா கண்ண மூடிட்டு கெடட்டீ'

'எப்பமா விடியும்?'

'நேரம் இருக்கு மோளே படுத்துக்க'

'பயமா இருக்குமா'

‘என்னத்துக்கு நாதான் இருக்கேன் இல்லா கண்ண மூடீட்டு பெரயர் பண்ணு’

‘நா மண்டியிட்டு குனிஞ்சி இருந்தேனா திடீர்ன்னு கழுத்துக்குத் தர தொங்குனவரு தல நிமுந்து யன்னை பாத்த மாதிரி இருந்துச்சு’

‘ஒறங்கு மக்களே’

‘ஒறங்காம இருந்தா என்னாவும்’

‘அது பாவம் மக்களே’

‘பொய் சொன்னா?’

‘மொளவ அரச்சி வாயில தேப்பேன்’

‘திருடுனா?’

‘கொன்னுருவேன் மூடிட்டு கெடட்டீ’

9

சாம்பல பூசிட்டு அம்மணமா அந்தக் கூட்டம் ஒரு சேர வானத்த பாத்துச்சி. துப்பாக்கி சத்தம் தூரத்துல கேட்டுட்டுருக்க தலைல கெட்டியிருந்த சொவப்பு கலரு ரிப்பன இறுக்க கட்டீட்டு சல்லடையான பில்டிங்குல பைய பைய நடந்து போயிட்டுருந்தா. பச்சக் கலரு மாத்துர ஒண்ண முழுங்கிட்டு போனுல வீடியோ பாத்துட்டே அந்தப் பய தூங்கிட்டான். மேள சத்தம் ஒவ்வொண் ணும் இடி இடியா கூட்டத்துல எல்லோருக்க ஒடம்புக்குள்ள எறங்குனது போல அவங்க ஆடுனாங்க. எடைல ஆர்டிலரி குண்டுங்க அங்கங்க விழ அதிர்வ கண்டுக்காம அவ அந்த இடிபாடுகளுக்க மத்தில போய்ட்டு இருந்தா, தோளுல தொங்கீட்டு இருந்த டிராகனாவ் துப்பாக்கி அவள ஒரசிச்டே இருக்க, பக்கத்து தெருல குண்டு விழுந்து. வாயில அவனுக்கு சளுவ வடிஞ்சி மேசைல பரவிச்சு.

கால அகல விரிச்சு பூமில அந்தக் கால் வேர் விடணும்ங்க எண்ணத்துல பாதத்த இறுத்தி ஓங்கி ஓங்கி அடிச்சு ஆடத் தொடங்குனாங்க. குண்டு வெடிச்ச அதிர்வு அந்த பில்டிங்க குலுக்கி, தொங்குன கம்பியும் சிமெண்டு ஓதருலும் கீழ விழ, அவ நைசா படிக்கட்ட தழுவி படுத்துகிட்டா. எடது கைல வெச்சிருந்த

போன் வைப்ரேட் ஆகி அவன தூக்கத்துல இருந்து எழுப்பிச்சு. பாதி குத்த வச்சு வலது கைய மேலயும் எடது கைய கீழயுமா மாத்தி மாத்தி ஆட, அப்டியே கால டம்டம்னு அடிக்கத நிறுத்தாம ஆடுனாங்க. அதிர்வு இப்போ அடங்க அவ மாடிக்கு கவனமா நடக்க ஆரம்பிச்சா. மொகம் சொக்கி போய், கண்ணு செவக்க அவென் படக்குனு எழும்பி போனுல டைம்ம பாத்தான். ஆடிக் கிட்டுருந்த ஒவ்வொரு ஆளும் தன்ன மறந்த நெலைல தொலைச்ச ஏதோ ஒண்ண தேடுற ஆக்ரோசத்துல ஆடிக்கிட்டே இருந்தாங்க. அவளுக்கு பயம் கொஞ்சங்கூட இல்லேணு சொல்லீர முடியாது, ஏன்னா இனி பயந்தா என்ன பயப்படாட்டா என்னேங்குற நெலமைக்கு அவ வந்துட்டா. போன பாத்துட்டே இருந்தவென் மேசைல இருந்த கெட்போன காதுல சொருவி, நல்லவொரு டிஸ்கோ பாட்டா கேக்க தொடங்குனான். சாவதுக்க முன்னாடி கொறஞ்சது பத்து பேரயாவது சுடணும்ங்கது அவளோட எண்ணம்.

ஆனா, எடுத்தோம் கவுத்தோம்னு எதுவம் செய்யதுக்கில்ல. ஏன்னா அவளுக்குனு தனி உத்தரவு எல்லாம் உண்டு. இடியும் மின்னலும் வானம் பூரா பரவ தொடங்குனத கண்ட கூட்டம் இன்னும் வீரியமா ஆட தொடங்குனாங்க. ஒரு சிகரெட்ட பத்த வெச்சான், பொக சொவப்பு கலருல காத்துல ஆடி ஆடிப் போச்சு, ரெண்டு தடவ இருமீட்டு மேசைக்கு அடில இருந்த தட்ட எடுத்து மேசைல வெச்சான். தூறல் தூவ தொடங்கி அந்தக் கூட்டம் ஒரு பரிசுத்தத்துக்காக ஆடுனது போல தெரிய தூறல் ஒவ்வொண்ணும் அதிகமா விழுந்து. புரட்சிங்குற எண்ணமெல்லாந் தாண்டி அவள்ட்ட இருக்கது வெறும் மரத்துப்போன துக்கத்துக்க மேல ஒட்டி வெச்ச பழி வாங்குற எண்ணமே. தட்டுல ஒரு மனுச தல நல்லா கத்தி சிரிச்ச நேரமா வெட்டுனதா கழுத்துக்க கீழ சத ஒட்டி ரெத்தக் கறையோடி இருந்துச்சு. ஆடீட்டு இருந்த கூட்டம் இப்போ நெஞ்ச அடிச்சு அடிச்சு அடவ ஆட ஆரம்பிச்சாவ. ஒத்தையா கேட்டுட்டு இருந்த துப்பாக்கி சத்தத்த அவ தனக்க டிராகனாவ்ல கன்னத்த வெச்சு கூர்ந்து கேட்டுகிட்டா. தல ஏனோ ரொம்ப அழகா இருந்து, தலையோட கறுத்த காதுக்குள்ள வாயோடி அவென் சிகரெட்ட இழுத்து பொகைய விட்டான். கூட்டம் ஆடுன ஆட்டத்துலயோ இல்ல மழையோட ஈரத்துலயோ மண் எழகி தொழியாகிடிச்சி. துப்பாக்கிக்கு முத்தம் கொடுத்து

அவ அதுல பொருத்தியிருந்த சைட் வழியா தனியா கேட்ட துப்பாக்கி சத்தம் பக்கம் அட்சஸ்ட் பண்ணி திருப்புனா. கழுத்த திருப்பி சந்தேகத்தோடி அந்த சிரிச்ச தலைய பாத்தவன் ஏதோ தோணுனவனா பாக்கெட்டுல தொங்கிட்டு இருந்த கூலிங்கிளாஸ்ச எடுத்து அந்த தலைக்கு மாட்டிவிட்டான். அந்தக் கூட்டத்துல எல்லோருக்க காலும் தொழில வழுக்கிட்டு நெலயில்லாம இருந்து. தூரத்துல சைட் வழியா பாத்தவளுக்கு ஆளு இன்னும் தெரியல மூச்ச இழுத்துவிட்டு தேடிட்டே இருந்தா. அந்தத் தலைக்கு கூலிங் கிளாஸ்ச போட்டுவிட்டதும் அது அவென் போன வாரம் சிரிச்சிட்டு இருந்தது போல அச்சு அசலா இருந்திச்சு. எல்லோரும் அப்டியே தொழில பொரண்டு பொரண்டு நாக்க துருத்தீட்டு ஒருத்தரோட இன்னொருத்தர் தழுவி கட்டி பொரண்டாங்க, மேளம் அடிக்கது ஒடனே நின்னுட்டு. இடிபாடுகள் மேடா குவிஞ்சு இருக்க அதுக்க அந்தப்பக்கம் ஏ.கே ரக துப்பாக்கி ஒண்ணு வெளிய நீட்டி நீட்டி தோட்டாவ கக்கிட்டு இருந்து. இசைய ஒதுக்கி வெச்சுட்டு இவங்க ஆடுத பாத்தா இந்தக் கூட்டம் ஆடவே இல்லேங்குறதும் உண்மையிலேயே இந்தக் கூட்டம் காட்டுமிராண்டித்தனமா சண்ட போடுறதும் வெளங்கிச்சி. அவா வீடியோ கேம் விளாடதும் அவென் உண்மயாவே அவென் தலய பரிசோதிக்கதும் தெரிஞ்சு.

டீவிய ஆப் பண்ணீட்டு கிழிஞ்ச சட்டையோடி அப்டியே இருந்தேன். பண்ண வேலைக்கி அடுத்து யன்னை அசைலத்துக்கு தா அனுப்புவாவனு நிச்சயமா நம்புனேன். அண்ணைக்கு நடந்ததுக்கு நா எப்டி பொறுப்பாவேன்? எல்லா தலைக்கு மேல அழுத்துச்சு. ரிமோட்ட கைல வெச்சுட்டே மயங்கி விழுந்தேன். எவ்வளவு நேரம் ஆயிருக்கும்னு தெரியல. கண்ண தொறந்து பாத்தேன். அக்காவும் கெழவியும் இங்கயும் அங்கயும் நடந்தா தெரிஞ்சு. துடிக்க கண்ண மூடி துப்பல தொண்டைக்கு தள்ள நெனச்சேன். நா எவ்வளவு மொயற்சி பண்ணியும் துப்பல உள்ள எறக்க ஏலல. மூச்சடைக்க ஒடம்ப ஒதறுனேன். அப்டியே மறுபடியும் மயங்கீட்டேன்.

'ஆம்பள பைய தானே ஏன் இப்டி நடுங்கான்?'

'எதுக்குக் கண்ணீர் விடான்?'

யன்னை பெத்த புண்டாமவன் கேட்ட கேள்வி இது. அப்புறம்

தா டாக்டர் கிட்ட கூட்டீட்டுப் போனாவ. அண்ணைக்கு பேக்டரில என்ன நடந்துச்சுனா எவனோ ஒரு மிகப்பெரிய கவிஞனோட பொறந்த நாள். அந்தப் பீக்கு பய பொறந்த நாளுல பேக்டரிக்க நடுவுல உள்ள வெளில எங்க எல்லோரையும் வழக்கம் போல ஏதாவது மீட்டிங்னா உக்கார வைக்க மணல் பரப்புல வரிசையா உக்கார வெச்சானுவ. அந்தச் சமயத்துல புதுசா ஒரு பி.டி. சார் சுரேசு வேலைக்குச் சேந்தான். புதுசா வாத்தியானா வர்றவங்க எப்போவும் எங்க மேல காட்டமா தா நடந்துப்பானுவ. சின்னதா எடங் கொடுத்தாலும் தலைக்கு மேல ஏறி விளாட கொரங்கு கூட்டத்த இல்லா இவங்க சமாளிக்காவ. அப்போ, நெஞ்சு கொஞ்சம் திமிறியே நடக்க பருவம் இல்லையா? நானும் உக்காந்த எடத்துலயே இருந்துருக்க வேண்டாமா? சே…சே…இப்போ நெனச்சாலும் கோவமும், கசப்புமா வருது. யனக்கு சின்ன வயசுல இருந்தே சம்மணங்கால் போட்டு உக்கார வராது. குண்டா இருக்கது ஒரு வாதம்னாலும் ஒண்ணர மணிக்கூர் ரெண்டு மணிக்கூர்னு எவனால சம்மணங்கால் போட்டு உக்கார முடியும்? குண்டி சப்பிப்போய் தட்டையாகிறாதா? நா இருந்த எடத்துல வெயில் அடிச்சு மூஞ்ச சுட்டுத் தள்ளிச்சி. மொகமெல்லாம் உப்பு படிஞ்சு வேர்வைல சட்ட ஈரமாயி கச்ச கச்சேனு இருந்து. இதுல வேற நாதர் பிரான்ஸிஸ் சேவியர் சி.சா அந்த கவிஞனுக்க பேர சொல்லி மேடைல ஒணர்ச்சி பொங்க கத்தி பேசுனாரு. பெரிய பெரிய வார்த்தையெல்லாம் உபயோகிச்சி யாருக்காக மனுசென் பேசான்னு யோசிச்சா, தாயோளி பம்மாத்துல ஓளறானே எப்ப கிளாஸ்க்கு விடுவானுவளோனு இருந்து.

ஒரு காலத்துல சர்வாதிகாரனுவளும், புரட்சிக்காரனுவளும் ஒணர்ச்சி பொங்க கத்தி பேசது அவங்களோட கொள்கை கோட்பாடுகளோட கொண்டய, கேக்குற முட்டாப் பயலுவ மனமுவந்து கெட்டி விடதுக்கு பயன்படுத்திகிட்டானுவ. இன்னைக்கு இவனுவ இப்டி இடி மொழக்கமா கத்திப் பேசது தல வலிய வரச் செய்யுது.

இந்தக் கூதியானுங்க இப்டினா ஆன்மீகத்துக்க சொட்ட விழுந்த ரெண்டு கொட்டய நக்கி முடிச்சி; ஒட்டுன அழுக்க தின்னுட்டு; கொட்டைகள வாய்க்குள்ள திணிச்சி விழுங்க டிரை பண்ணுற தந்தாதிகளோ அதுக்கும் மேல. அவனுவ சன்னமா பேசுறதே

கேக்க மாட்டேங்கு. பக்கத்துல போயி மணிக்கூர் கணக்குல நின்னாலும் வாய தொறக்க மாட்டேங்கானுவ. இதுல என்ன சிக்கல்னா வர வர சத்தமானது யனக்கு நரம்பு சம்பந்தமான பிரெச்சனைகள கொண்டு வரத் தொடங்கீட்டு. சி.சா கத்துற ஒவ்வொரு வாட்டியும் துடிக்க பச்ச எதயத்துக்க மேல தல சீவுற நீள சீப்ப வச்சி எதோ ராகத்த வலுக்கட்டாயமா வரவழைக்க கடினமா முயலதா வலிச்சுச்சு. வேர்த்து ஊத்த கடுப்பாவி எவனயும் பாக்காம எழும்பி மர நெழலா பாத்து உக்காந்தேன். இது எவ்வளவு பெரிய தவறுங்கத நா அப்போ ஒணரல. எதப் பண்ணாலும் நூறு கண்ணு நம்மள பாக்குதேங்க உறுத்தல் இருந்துருந்தா நா இண்ணு சந்தோசமா இருந்துருப்பேனே. தூரத்துல நின்ன சுரேசு நா எடம் மாறி உக்காந்தத பாத்தாரு. மனுசென் ஒடம்ப தேக்கு கட்டயாட்டு இல்லா வெச்சுருந்தான். நல்ல ஓயரம் வேற. பெரம்ப சுத்தீட்டே எம் பக்கம் வந்தவென் யாம்ல எடத்த மாத்தி உக்காந்தேனு கேட்டான். ஏற்கனவே சி.சா மேடைல பேசப் பேச்சு கொடுத்த படபடப்புல வெயில் அடிக்குது சார்னு சொன்னேன். கொரல் ஒசந்துருக்கும், யனக்க நிம்மதியின்ம இறுத்தி வார்த்தய உச்சரிக்க வெச்சுருக்கும்னு நெனக்கேன்.

சுரேசு என்ன நெனச்சாரோ பளுப்பேறி கோவத்துல பொற மண்டைல ரெண்டு அடி அடிச்சாரு. கொஞ்ச நேரத்துக்கு நெல தடுமாறி போயிட்டேன் மொறையா யன்னால மூச்சுவிட முடியல. மரக்கட்டயால அடிச்ச மாரி வலிச்சுது. யனக்கே அறியாம கண்ணீர் பாய ஆரம்பிக்க கோபத்துல ஏன் சார் யன்னை அடிக்குறீங்கனு கேட்டேன். ஏன் அடிக்குறேனா கேக்கனு கன்னத்துல ஒரு அறைய விட்டார். நிக்க முடியாம தடுமாறுறத கண்ட மத்த வாத்தியான் மாருவ ஓடிவந்து சுரேசு சார் நீங்க வாங்க சார்னு கூப்டுட்டுப் போயிட்டானுவ. உக்காருலனு அதட்டி யன்னை உக்கார வெச்சானுவ. ஒட்டுமொத்த பேக்டரி பசங்க கண்முன்ன அடிவாங்குனது அவமானமா போயிட்டு. அந்த வயசுக்கு அந்த வேதன, வயசு தாங்கக் கூடாத வேதனயா வலிச்சுது. நா யார்டயும் பேசல. அதுக்கு தைரியமும் வரல. இதுல, கூட படிக்க ஒண்ணு ரெண்டு கிறுக்கனுவ பரிகசிச்சு கிலுகிலுக்க சத்தமும் கேட்டிச்சு. நா இப்டி கிளாஸ்ல யார்டயும் பேசாம இருக்கேனு கூப்ட்டு ஆறுதல்படுத்தக்கூட ஒரு உயிரில்ல. அடி வாங்குன மேட்டர

யன்னை பெத்த சுண்ணிகள்ட சொன்னா நீ தா தப்பு பண்ணீருப்ப, சார்ட போய் மன்னிப்பு கேளுனு சொல்லுங்க. ஆறுதல எந்த தாயோளிடா குடுப்பா? ஒரு சின்ன ஆறுதல் கெடச்சுருந்துனா நா திரும்பவும் சுரேசு சார்கிட்ட போய் ஏன் என்ன அடிச்சீங்கனு கேட்டுருக்க மாட்டேனில்லா? சாய்ங்காலம் வீட்டுக்குப் போவ பெல் அடிச்சதும் நா சுரேசு சார பாக்க பி.டி ரூமுக்குப் போனேன். மொதல்ல கெடச்சத விட நல்ல அடி கெடச்சுது. இறுக்கி புடிச்சு அங்கயும் இங்கயுமா தூக்கி வீசுனாரு. என்னல கேட்ட, என்னல கேட்டனு மறுபடியும் மறுபடியும் கேட்டுட்டே மூஞ்சுல அறஞ்சாரு. அவர எதுக்கதுக்கு இனியும் யாலு இல்லேணு அவருக்குப் புரிஞ்சதும் பேக்க எடுத்துட்டுக் கௌம்பிட்டாரு. இழுத்த இழுப்புலயும் வாங்குன அடிலயும் கண்ணு பிங் கலருல பழுப்பாகிட்டு. சட்ட பட்டன் பறந்து எங்க விழுந்துனு தெரியலை யேணு அடி வாங்குன கிறுக்குல பட்டன தேட ஆரம்பிச்சேன். அந்தப் பக்கமா வந்த பசங்க நா அடிவாங்கி மேசைக்கடில கிறுக்குத்தனமா சட்ட பட்டன தேடுனத கண்டுக்கல.

கண்ணீர் வழிய ஒப்பாரியோடி பட்டன பாத்தீங்களா பட்டன பாத்தீங்களானு பாக்கவிய எல்லோர்டயும் விசாரிக்க தொடங்குனேன். இதுல என்ன கதேனா அடிய வாங்கிட்டு பட்டன தேடத் தொடங்குனதுதான் நா அசைலத்துக்கு மாத்தப் படுறதுக்கான முக்கியமான காரணமா டீசில பிரின்சிபல் நாதர் பிரான்சிஸ் சேவியர் சி.சா எழுதிக் கொடுத்தாரு. இதுக்க பொறவு சுரேசு சார் மாவட்டம் முழுக்க பிரெபலம் ஆகிட்டாரு. மாவட்ட கலெக்டர் கிட்டயிருந்து சிறந்த உடற்பயிற்சி ஆசிரியருக்கான விருத வேற வாங்கி நல்லா வாழுறாரு. கல்யாணமாவி புள்ளயும் பொறந்துருக்கும். எவ்வளவு எறஞ்சு கேட்டுகிட்டும் விடாப்பிடியா நா அசைலத்துக்கு அனுப்பப்படதுல பேக்டரி நிர்வாகம் குறியா இருந்துச்சு. அசைலத்துக்குப் போகத தவிர யனக்கும் வேற வழி தெரியல. சர்டிபிகேட் வேணுமே. அந்த சர்டிபிகேட்ட வெச்சாது நா வாழ்கேல பொழச்சுருவேனு வீட்டுலயும் முடிவு பண்ணி அசைலத்துக்கு அனுப்பி வெச்சாங்க.

அசைலத்துக்குப் போகத பத்தி எழும்புன பயத்தவிட நடந்த சம்பவத்த நெனச்சி குத்த ஒணர்சியால அதிகமாவே துன்பப் பட்டேன். தூக்கம் கெட்டு ரொம்பவே அவஸ்தப்பட்டேன்.

பேக்டரிய பொறுத்தவர யன்னை எவ்வளவு சீக்கிரம் வெளிய தள்ளனுமோ அவ்வளவுத்துக்கு நல்லதுனு மும்முரமா செயல் பட்டாவ. முக்கியமா அவங்களோட கவலை என்னேணா நா கேள்வி கேட்டது போல வேற எவனும் இனி கேள்வி கேக்க கூடாதுங்க நெனப்புல யன்னை ஒரு உதாரணமா வெளிய அனுப்புறாவனு அப்பட்டமாவே தெரிஞ்சாலும், யனக்க தரப்பு பதில அவங்க கேக்க தவறியதும், யன்னைப் பெத்த நாய்ங்க நா சொல்லத நம்பாததுமே யன்னை அதிகமா வெறுப்படைய வெச்சுது. ஒரு கட்டத்துல இந்த வீட்டவிட்டு நரகத்துல நெரந்தரமா தங்குனாலும் பரவாயில்லேணு தோணிச்சி.

அக்காவ பொறுத்தமட்டுல அவளுக்குக் கல்யாணம் பண்ணி வெச்சு தொலச்சா போதும்னு இருந்த மாரி தா தெரிஞ்சுது. அவளோட, யாருக்க அறிவுக்கும் பொலப்படாத செயல்பாடு களால யன்னைப் பெத்த சுண்ணிகளுக்கு மாப்புள கிட்டுமாங்க கவலயே தவிர பெருசா எந்த அக்கறையும் எழல. கேட்டா சொல்லுவாவ பொம்பள பிள்ளய ரொம்ப நாளு வீட்டுல வெக்க கூடாது காலம் கெடக்க கெடைனு. அவ்வளவுத்துக்கு கஸ்டம்னா பொண்டாட்டிக்க புண்டைக்குள்ள வந்த வழியா அனுப்பணும். இல்லேணா எல்லா அப்பம்மாரும் பொண்டாட்டிகள கொன்னுட்டு பெத்த புள்ளய ரெண்டாந்தாரமா கெட்டட்டும். மொவளுவள நல்லா சந்தோசமா வெச்சுக்கலாமில்லா?

இவனுவ நாயகூட ஏன், எலியயும் ஒப்பானுவ. அது வேற கத. நா, அசைலத்துக்குக் கெளம்ப முந்தி அவள்ட ஒரு வார்த்த சொல்லீட்டு போவலாணு நெனச்சேன். பூட்டுன கதவ தட்டுனேன். அவ தெறக்கல. இருந்தாலும் கதவுக்கு அந்தப் பக்கம் நிக்கத ஊகிக்க முடிஞ்சுது. கெளம்பும்போ மூணு தடவ அவ உள்ளயிருந்து கதவ தட்டுனா அது எதுக்கு ஏன்னு சரியா புரியல. ஒருவேள அவ ரூமுலயே மாட்டீட்டு வெளிய வர ஒதவிக்கி தட்டுனாளோ? கெளம்பும்போ மட்டும் பிரிவால சோகமாயிட்டேன். பிரிவுல மட்டும் எல்லோரையும் மன்னிச்சி ஐக்கியமா வாழலானு தோணிச்சு. யனக்கு தோணி எதுக்கு? அது என்ன கணக்கோ யன்னை பெத்த தாயோளிங்க மூஞ்சுலயும் இந்த எண்ணம் பெரதிபலிச்சத கவனிச்சேன். அதப் பத்தி தீவிரமா யோசிக்கத விட்டுட்டு அசைலத்துக்குப் பொறப்பட்டேன்.

10

ஒரே அமைதி கோலத்துல அசைலம் பயமூட்டதா வெளிய பாக்கதுக்கு தெரிஞ்சாலும் கூடத்துக்க உள்ள சாந்தம் பரவியிருந்து. சொதந்திரத்தனம் நெறய இருக்கதாட்டு அந்த சாந்தம் உறுதி படுத்துச்சி. அசைலத்துல உள்ளவங்களுக்க சொதந்திரம் ஒவ்வொருத்தருக்கும் ஒவ்வொரு மாரி. ஒண்ர வருச அசைல வாழ்க்க யனக்கு, நா அளவிட முடியாத சந்தோசத்தையும் தேவப்படுற தனிமயையும் குறிப்பா, நிம்மதியையும் கொடுத்திச்சுனு தா சொல்லணும். அதே சமயம் அசைலத்த ஏதோ ஒண்ணு (நாதரோட கறுப்பு வார்) மறமொவமா நடத்தி, வழிகாட்டிட்டு வர்றதோட அதிர்வ யாருன்னாலும் ஒணரலாம்ங்கது உண்மதான்.

மொதல்ல அம்மணக்கட்டையா நிறுத்தப்பட்டேன். உள்ள என்னவொரு அமைதி தெரியுமா? யனக்கு இந்த அமைதி ஆச்சரியமா பட்டு. அசைலத்தப் பத்துன பயங்கர எண்ண மெல்லாம் உள்ள வந்ததும் மொத்தமா மாறீட்டு.

மாத்துர குடுத்தெல்லாம் கவனிச்சாவ. சாப்டதுக்க முன்னும் சாப்டதுக்க பொறவுமா யனக்கு நாலு மாத்துர உண்டு. அதுல குறிப்பா ஒரு மாத்துரய பத்தி சொல்லியே ஆவணும். அந்த மாத்துரைக்க பேரு ஒண்ணுந் தெரியல. அது, சொவப்பு கலருல தொடதுக்கு பஞ்சு மாரி இருக்கும். ஒடம்போட வெயிட்ட கொறைக்கதுக்கான மாத்துர அதுன்னு சொன்னாவ. மத்த மாத்துர எதுக்குனு கேட்டதுக்கு சத்து மாத்துர, படிக்கதுக்கு மூளைக்கி தெம்ப தர்றதுக்குனு சொன்னாவ. யனக்கும் அது சரிதான்னு பட்டு. அந்த டைம்ல பேக்டரில படிக்க நெறய பேர் தற்கொல பண்ணுறதுனால நல்லதுக்கு தானேணு மேலா ஒண்ணுங் கேக்கல, சந்தேகமும் படல. மறுப்பு ஏதும் சொல்லாம முழுங்குவேன். இந்தச் சொவப்பு கலரு மாத்துர இருக்கு பாத்தீளா அத போட தொடங்குனதும் ஒடம்புல செல மாறுதல அனுபவிச்சேன். குசுன்னு நெனச்சி முக்குனா குசுக்கு பதுலா எண்ணெ மாரி நாத்தத்தோடி கொழஞ்ச தெரவம் சூத்துலயிருந்து வந்துரும். எப்போவெல்லாம் குசு விடுறேனோ அப்போ எல்லா இந்த

எண்ணெ நிக்கருல வழிஞ்சு பின்னாடி ஒட்டிரும். இத சொல்லதுக்கு நா அசிங்கப்படல. நீங்க தயவு செஞ்சு மூஞ்சுக்க நேரா சிரிக்காதுங்க உண்மயாட்டுதான். யனக்க பீரியட்ஸ்னு நெனச்சுக் கோங்க சிரிப்பு வராது... அப்டி நெனச்சும் சிரிப்பு வருதுன்னா செய்யதுக்கு ஒண்ணுமில்ல கேளுங்க.

ஒரு மாசத்துக்குப் படிக்கத பத்தி எந்தப் பேச்சுமே எழல. காலைல இருந்து நைட்டு தூங்க வரைக்கும் அசைலத்தோட டைம்டேபிள் படி பழகதுக்கு தா ஒரு மாசமா படிக்கத பத்துன பேச்சே எடுக்கலைங்கது அப்போ தெரியல. அதுக்காக நா வெட்டியா இருந்தேனா இல்ல. கார்டன்ல வேல பாத்தேனானும் தெரியல. நா செலப்போ யோசிப்பேன் அண்ணைக்கு அங்க நெறய நேரத்த செலவு பண்ணதால அதாவது, நேரத்த மிச்சம் வெக்காம பயன்படுத்துநனால தா இன்னைக்கு யனக்கு நெறையவே டைம் பலனா கெடச்சிருக்கோ என்னவோ. சோ, பொறுப்பில்லாம நா இப்போ வாழதா நெனக்க வேண்டா. வேரோட தெறன் மங்கி வெரயமாயிட்டு அவ்வளவுதான்.

ரெண்டாவது மாசத்துல ரெம்பவே பயந்து போயிட்டேன். ஏக்கமானது சதச்சி சதச்சி உயிர தின்னுச்சி. ஒருநேரமும் நிக்காம கையெல்லாம் நடுங்க தொடங்கி நாக்கு கொளறி சளுவ வடிஞ்சி, வழியத தொடைக்க கூட ஏலாம அல்லல் பட்டேன். அங்கயிருக்க மத்தவங்க கண்ணுக்கு இதெல்லா நார்மல் தா. நமக்க ஒடம்பும், மூளையும் கெட்ட கசடுகள வெளியேத்தி புதிய பழக்க மொறய மாத்துர மூலமா கொண்டு வர்றதுனால இந்த மாதுரி ஆகுதுன்னும் சீக்கிரமே சரியாகீரும்னும் தேத்துனாவ. நாட்கள் கழிய கழிய அத்தனயும் மறந்து போயிட்டு. ஆனா நா படிச்சேன், ஆனா நா சரியா சாப்டேன்; ஆனா நா வெளையாட நேரத்துல வெளை யாடுனேன்; யன்னை பாக்க வந்த கெழவீட்ட அவ எதுவுமே பதில் பேசலைன்னாலும் அவள்ட அழுது பொலம்புனேன்; எந்தவொரு ஒழுக்க பிரெச்சனையும் யன்னால ஏற்படல. சர்டிபிக்கேட்டுலயே இதோ இருக்குதே. நல்லா படிக்குற ஆளில்ல ஆனாலும் குவார்டார்லி பரிட்சைல எம்பது சதவீதம் எடுத்தேனே. செரி, நம்மோட நாட்டு வரலாற்றுல நடந்த முக்கியமான சம்பவத்த கேளுங்க டப்புனு சொல்லுறேன். குடியரசு நாளா? சுதந்திர நாளா எதுவேணும்னாலும் கேளுங்க ஒடனே

சொல்லுவேன். இதுல எந்திரத் தன்மை என்ன இருக்கு? இதையும் இயற்கைனு தானே நம்பி ஆவணும். எதுக்கும் சம்மந்தமில்லாம ஒளறுறேனோ?

சாப்பாட பொறுத்தமட்ல நல்ல தரமான அரசாங்க ஒணவு கெடச்சுது. அதுல யாருக்கும் எந்தக் கொறயும் சொல்ல முடியாது. டேஸ்ட் தெரியும் என்ன சாப்பாடு போட்டாங்கனு ஞாபகம் வரமாட்டேங்கு. வீடு, யன்னை பெத்த கண்டாறவோழிங்க, கெழவிய நெனச்சிப் பாப்பேன் அக்காவோட நல்லா சிரிச்சி பேசீட்டு அவ மடில நா படுத்துக் கெடந்து அவ வேர்வ முத்து முத்தா நெத்திலயிருந்து வடிஞ்சு யன் நாக்குல பட்டு தெறிக்கத வேணும்னே கற்பன பண்ணிப்பேன். வேற எப்டியும் யன்னால கற்பன பண்ண முடியல. பின்ன அக்கா கல்யாணம் பண்ணி ஓடதுக்கு லாயகில்லாத சீலய உடுத்தீட்டு புதுமாப்பிள்ளைக்க மச்சானாவா கற்பன பண்ணதுக்கு?

டார்ச்சர் பண்ணாங்களானா... அவிய சொல்லது போல செஞ்சா தப்பீருலாம். பெரம்ப விட அதிகமா கொடும படுத்துற மெசின்... ஆ இந்த ஒரு மெசின் உண்டு இப்ப தா ஞாபகத்துக்கே வருது. அதுல படுக்க வைப்பாவ வெச்சுட்டு... வெச்சுட்டு... ஐயோ...

ஓ...ஓ...யன்னைக் காப்பாத்துங்க. யன்னை எப்டியாச்சும் காப்பாத்துங்க பிளீஸ் யன்னால இதுக்கமேலயும். வயுறு வலிக்கி யம்மா... லேலே....யப்பா தண்ணி இருந்தா தாங்களேன். வேண்டா வேண்டா நா இப்டியே இருக்கேன் தல சுத்துது. இதப் பத்தி பேச மாட்டேன்... நா சாவத பாக்குறீளா? நீ பயப்படலயா? அப்போ நா சாவணுமா?

இது சரிபட்டே வராது. நீங்க யனக்கு ஒரு சின்ன ஒதவி செஞ்சாகணும். யன்னால முடிஞ்சுருந்தா இத கேட்டுருக்கவே மாட்டேன். பாலம் கிட்ட இப்டியே இங்கோட்டு போனீங்கன்னா ரோடு வரும். எடப்பக்கமா ரோட்டுக்கிட்டயே பைக்கு மேல ஒரு பய பச்ச கலர் தொப்பியோடி சாஞ்சி நின்னு அரட்ட அடிச்சிட்டு நிப்பான். அவன்ட போயி யன் பேர சொல்லி 'ஹீசம்' இருந்தா தரச் சொல்லியிருக்கதா சொல்லுங்க. தரலாம் தராமலும் போவலாம். போன வாரந்தான் அவன்டயிருந்து வாங்குனேன். இல்லேனா ஒண்ணு பண்ணுங்களேன், நீங்க போவ வேணாம். நீங்க அவனுவள்ட்ட திட்டு வாங்குனா யனக்கு இல்லா

அவமானம். வேண்டா...வேண்டா விட்டுருங்க. இல்ல எதுக்கு சொல்லேன்னா கடைசியா ஹீசத்த கொடுக்கும்போ அந்த தாயோளிக்க மூஞ்சு போன போக்க பாக்கணுமே. இப்ப ஹீசம் நல்ல வெல வேற அதுவும், நீங்க போறது சரியில்ல அதான் சொல்லேன்.

ஆமா... அசைலத்துல நா ஒருத்தென பாத்தேன். அவென் யன்னை விட சேட்ட புடிச்ச பய. அவனுக்கு அங்க உள்ள ரூல்ஸ் எதுவும் ஒத்துக்கல. ஆளு ஆனா செம அழகு. சட்ட போடாம வெறும் மேனியா திரியதயே விரும்புவான். கிறுக்குத் தனமா நடந்துப்பான். டீ டைம்ல காப்பி குடிக்கப்போ இன்னொரு பயலுக்க மண்டய தட்டி கேலியா சிரிப்பான். இவனுக்க வலுத்த ஒடம்ப கண்டாலே எவனும் கிட்ட போவ மாட்டானா; அடி வாங்குனெவன் வாய மூடீட்டு தா இருக்கணும். இந்தப் பய பேக்டரிலயும் இப்டி தா நடப்பானு நெனைக்கேன். பேக்டரில வாத்தியானுவளுக்க கண்ணு காணாம என்னவேணாலும் பண்ணுலாம் தெரியாத வரைக்கும் அது ரகசியம். தெரிஞ்சாலோ, குண்டி கிழியும். அசைலத்துல ரகசியம்னு ஒண்ணே கெடையாது. அவன சும்மா விடுவானுவளா? அடிச்சி நொறுக்கீட்டானுவ. ஒரு கட்டத்துல அடிக்க வந்த ஆளுக்க பெரம்பயே ஒடுச்சுப் போட அளவுக்கு கோவக்காரனா மாறிட்டான். குளிக்க போனது போல போயீட்டு மேலு முழுக்க மஞ்ச மஞ்ஞேனு பீய வாரி தேய்ச்சுட்டு மண்ட கழந்து ஓடுனான்.

பத்துப் பேரு சேந்து குண்டு கட்டா தூக்கீட்டு போனாவ ஏழு நாள் கழிச்சி பய எப்டி வந்தான் தெரியுமா? எவென் கண்டாலும் நெஞ்சு மருகீரும். அமுங்கிப்போன அதிர்ச்சிய மனசுக்குள்ள புவுத்தி அதக் கெளறி விட்டு அந்த அதிர்ச்சிய வெளிய எடுக்கவே ஏலாத மாரி புதிராக்கி உட்டுட்டானுவ. செத்துப்போன மனுசென் எவனாலயும் காப்பாத்தவே முடியாது. அவென் மீதநாள இன்னொருத்தர சார்ந்துருக்குற படியா ஆக்கிட்டானுவ. முதுகுல, தொடைல வாத்தியான் விளாசுனா கூடிப் போனா வீக்கம் போடும். ரெண்டு நாளேல சரியாகிரும். ஒரு பயல ஸ்தம்பிச்சி போகுற, பித்த உருவாக்க மொற அசைலத்துக்கு மட்டுமே உள்ள பெசாலிட்டி. அதக் கண்டுதான் நாங்க ரொம்பவே பயந்தோம். சாகுறேன்னு தெரிஞ்சு ஒருத்தேன் செத்துட்டா அதவிட நல்லது வேற என்ன இங்க இருக்க முடியும்? அப்டி சாவது அவனுக்கும்

நல்லது அவனுக்ககூட உள்ளவங்க பிளான மாத்துறதுக்கும் வசதியா இருக்கும். இங்க அப்டியில்ல ஏன் சாகுறோம், ஏன் வாழுறோம், சுத்தி என்ன நடக்குனு தெரியாம வாழது கொடும யில்லையா? எழுந்து நிக்கக்கூட யேலுருந்தும் நிக்க ஏலாத, திடீர் திடீர்னு பயந்து அலறி, மூஞ்சு வாதம் புடிச்சது போல மாறி, அவென் நெலம படுமோசமாகிட்டு. இதுல என்ன ஆறுதல்னா அந்தப் பயலும் கடைசில பஸ்ட் கிரேடுல மார்க் வாங்கிருந்தான். அசைலத்த விட்டு வெளிய வந்த பொறவு ஆளு என்ன ஆனானுனே தெரியல. இருக்கானோ? செத்தானோ?

வலிக்கும் ஒழுக்கத்துக்கும் மாமியார ஓக்க நெருக்கம் ஏதும் உண்டோ என்னவோ இல்பர்டினுக்கே வெளிச்சம். யனக்க ரூம்மேட் எப்டினா சொவத்த நகத்தால கிறுக்கீட்டே இருப்பான். நகம் பொளந்து வலிக்கது ஒறைக்காமலே கிறுக்குவான். மாத்துர போட்டு அதுக்க எபெக்ட்ட கண்ட பொறவு யன்னை மாதிரி ஆயிட்டான். சரியா பிடி கிட்டல அவென் யனக்க பக்கத்துலயே நொற பொங்க வலிப்பு வந்ததா நடிச்சானோ?

அசைலத்துல நா ஒரேயடியா தனிச்சி வாழ்ந்ததா தெரியல. இல்பர்டின் பொறந்த நாளைக்கு எல்லா கலந்துகிட்ட ஞாபக மிருக்கே. வர்ற விருந்துனரும் பேசிட்டுப் போனது நெனைவுல உண்டே. ஆமா, இனிப்புல வெச்ச கயப்பு நெனவு அது. முட்டாய் நெறய கெடைக்கும். சாதாரண கடைல கெடைக்க முட்டாய் தா. அங்க இருக்க சமயத்துல ரெண்டு முட்டாய் ஓட ருசி ஒரு மாசத்துக்கு நாக்குல கயப்பா ஒட்டியிருக்கும். பின்னாடி இழுத்து நெனவ கட்ட கடினமாயிருக்கு. தல வெடிச்சுரும்போல வலிக்கி.

மறதீலயே அப்டி இப்டினு சமாளிச்சி சர்டிபிக்கேட்டோடி வெளிய வந்தேன். படிப்ப சூப்பரா அதுவும் யாரும் பாடம் எடுக்காம நல்லபடியா முடிச்சாச்சு. வீட்டுலயும் ஊர்லயும் யன்னை எல்லோரும் மதிப்பாவனு தப்புக்கணக்குப் போட்டுட்டு வந்தேன். படிச்ச சர்டிபிகேட்டு மட்டும் வேலைக்குப் போதாதுனா என்ன புண்டைக்குப் படிக்கணும்? நம்ம தெறமய நாமே மேம்மடுத்தி மார்கெட்டுக்கு நம்மளயே வித்து சம்பாதிக்கணும்ங்கத சுத்தமா ஏத்துக்கவே மாட்டேங்கேன். யார சொல்லி என்னத்த மாறப் போவுது? எதுவும் மாறாது. இதுக்குத் தீர்வும் கெடையாது. நொட்டிட்டு நடப்போம். பத்து பைசாக்கு பெரயோசனம் இல்ல.

வீட்டுக்கு வந்து பாத்தா வீடே தலகீழா மாறிக் கெடந்து. ஒவ்வொருத்தருக்க மூஞ்சியும் பிதுங்கி வக்கிரமான சோகத்த வெளியேத்துச்சி. கெழவி மட்டும் கட்டி புடிச்சி முத்துனா. சுத்தி பரவ அனாவசிய துக்க மணத்துக்கு என்ன காரணம் ஏது காரணம்னு கேட்டாலும் யாருக்கு எதுவும் சொல்லத் தெரியல. மௌனமா கடந்துபோனது எரிச்சல தந்து. கெழவிகூட எதுவும் பேசாதது ஏதோ ஒண்ணு நடந்துருக்குனு ஒணர்த்திச்சே தவிர தகவல் ஒண்ணும் கிட்டல. அக்காவோட ரூம் தெறந்தே கெடந்து. உடுப்புங்க மொதற்கொண்டு அப்டியே கெடந்து. அவளோட ரூமுக்குள்ள போறதுக்கே எல்லோரும் தயக்கம் காட்டுனாவ. எனக்கோ அக்காக்கு நடந்தது என்னேணு தெரிய ஆவலாயிட்டு. ஊருல யார கேட்டாலும் அவ ஓடிப்போயிட்டா ஓடிப் போயிட்டாணே சொன்னானுவ. இத நம்பவே முடியல. வற்புறுத்தி கெழவிய நிப்பாட்டி அக்கா ஓடிப்போனது உண்மையானு கேட்டேன். உப்பு நீர் வடிய அவளும் தலைய மேலயும் கீழயும் ஆட்டுனா. அதுக்க அர்த்தமும் வெளங்கல. யன்னைப் பெத்த சுண்ணிகளுட்ட கேக்கலானா அதுக வலிப்பு வந்த ஓநாய்களா ஊளவுடுதுங்க.

பரிதவிப்புல பரவலா வெளிய விசாரிக்கத் தொடங்குனேன். அவ காணம போன ரெண்டு நாளு கழிச்சி ஊருக்குள்ள ராணுவ வண்டி அங்கயும் இங்கயுமா போச்சாம். ஏன் எதுக்காகனு வெளங்கல. ரவுத்தி காட்டுப் பகுதில ஏதோ விபெத்து நடந்தது வர ஊகிக்க முடிஞ்சு. அங்க ஏதோ பெரச்சனை நடந்துருக்கும்னு சொன்னாலும் ராணுவம் ஏன் ஊருக்குள்ளோடி வந்து போவணும்? ஒரு வேள ஆட்கள் சொல்லது போல ஆக்சிடண்ட் நடந்துருக்கலாம் மீட்கதுக்கு வந்துருக்கலாம். அப்டினா நீயூஸ்ல இதப் பத்தி செய்தி வந்துருக்கணுமே. ஒவ்வொருத்தரும் ஒவ்வொரு விதமா சொன்னாவ. செலருக்கு நா கேட்ட பொறவு தா இப்டி ஒண்ணு நடந்ததானு புருவம் நெறிச்சி யனட்டையே கேட்டாவ. ரவுத்தி காட்டுப் பக்கம் அந்தக் காலத்துல ஆட்கள் காட்டு வேலைக்குப் போறதுண்டு. சக்கையும், கெழங்கையும், கொரங்குளயும் பத்தி நெறைய பேரு சொல்லத கேட்டுருக்கேன். அரசாங்கம் அத பாதுகாக்கப்படும் எடமா அறிவிச்சதும் யாரும் அதுக்குள்ள போவ அனுமதிக்கது இல்ல. எப்பவாது எவனாவது போவான் தோக்கும் கையுமா காவலுக்கு நிக்கவன்ட மல்லுக்கட்ட எவனுக்கு தைரியமிருக்கு?

அக்காவோட கத என்னேணு கடசி வர தெரியவே இல்ல. அவ காணாம போனது உண்ம; உங்கள்ட சொல்லதுக்கு என்ன அவ செத்ததுகூட உண்மனு வெச்சுப்போம். செத்த கெழவி சொன்ன கற்பன கதய எப்டி உண்மனு நம்பதுக்கு? ஒரு சதவீதம் கூட அவ சொன்ன விசயம் உண்மைக்கு ஒருபோதும் ஒத்து போனதா தெரியலயே. ஊகிக்க முடிஞ்சதே ஒழிய பாய்ண்ட் சதவீதம்கூட ஆதாரம் கெடைச்சுராதானு ஏங்குனேன். அந்த பாயிண்ட் சதவீதத்தகூட அழிக்க அளவுக்கு சக்தி உண்டுனா. அத எதிர்த்து சாமானியன் கொடி புடிச்சி போராடுனா உண்ம தெரிஞ்சுருமா?

அசைலத்த விட்டு வெளிய வந்ததும் ரொம்பவே துன்பப் பட்டேன். மாத்திரைங்க இல்லாம வாழ்க்கய எதிர்நோக்கது சவாலாயிருந்து. அதனால தா நெனக்கேன் யனக்கு ஒரு வினோதமான பவர் வந்து சேர்ந்துனு. அது அங்கயிருந்து தா வந்துருக்கும்னு திட்டவட்டமா நம்புறேன். அதுக்க பேரு பவர் இல்ல அதுக்கு பேரு பிடிஎஸ்டி! வெளிய வந்த பொறவு தா இப்டி ஒண்ணு எனக்குள்ள கொரச்சிட்டு நெலக்குத்தி நிக்கத புரிஞ்சுகிட்டேன். யாரோ யன்னைக் கொல பண்ண வர்றாங்கணும், அதுக்காக நா எப்பவுமே, முக்கியமா தூக்கத்துலயும் அந்த அடையாளம் பொலப்படாத பகையாளிய சந்திக்கதுக்கு தயாரா இருக்கணும்னு அறகொற ஒறக்கத்துல படுத்துருக்குறப்போ கூட படக் படக்குனு எழும்பீருவேன். அதுவும் காலடிச் சத்தம் பக்கத்துல கேட்டுனா தானாவே எழும்பீருவேன். எவன்ல புண்டைச்சிக்க மோனேனு கத்துனா யாரோ தண்ணி குடிக்கவோ, ஒண்ணுக்கு அடிக்கவோ வந்துருப்பாவ.

அப்போ ஊருல உள்ள பங்கு நாதர்ட்ட போனேன். நாதர், நாதர் இப்டி தா பாத்துடுங்க யனக்கு கத்தி, பிளேடு இதெல்லாங் கண்டாலே வவுறு வலிச்ச மாரி ஏதோ பரவுது. யாரையோ அதுகளால தாக்கி கொன்னுருவேனோனு பயப்படுறேன். இப்டி பயந்ததும் கண்ண மூடி அந்த எடத்த விட்டு நகர்ரத தவிர வேற வழி தெரியல. நா என்ன பண்ணட்டும்னு கேட்டேன். மோனே இது நரம்பு சம்பந்தமான பிரெச்சனனு நெனைக்கேன் நீ நல்லா பிரெயர் பண்ணு சரியாகிரும்னு சொன்னாரு. நானும், பிரயர் பண்ணி நாளாச்சேனு போர்வய போர்த்தி, கைக்கூப்பி மனசுக்குள்ள பாடி பாடி ஜெபிச்சேன். ஒரு குண்ணையும் மாறல. மனுசென்

செத்த பொறவு கடவுள் இருந்தா என்ன, இல்லாட்டி போனா என்ன? இது சரிபட்டு வராதுன்னு மிம்மிக் கூட்டத்தோடி சுத்தத் தொடங்குனேன்.

எந்த அளவு கிறுக்குத்தனமா மிம்மிக் கூட்டத்தார் எயங்குனானுவளோ அவ்வளவுத்துக்கு நா சந்தோசமா இருந்தேன். சகோதரத்துவம் வன்முறைல தா நெறய தெரியுதுனு சொல்லது நூத்துக்கு நூறு உண்ம. அதனாலயே நா போர்கள நேசிக்கேன். யன்ன ஒருத்தேன் சொறிஞ்சான்னா அவனுக்கு கஞ்சி காட்ட நமக்கு ஆள் வேணுமில்லா. பைக் இல்லாதது ஒரு கொற தான்; இருந்தாலும், கொஞ்ச நாளைக்கு அந்த கூட்டத்தோடி சமாளிச்சேன். மிம்மிக் கூட்டத்துல இருக்குறவனுக்கு சாப்பாடு தண்ணி போத பத்துன கவலையே வேண்டாம். யல்லாந் தானா கெடைக்கும். ஒண்ணுமே இல்லாட்டியும் கருக்கு பறிச்சி குடிப்போம், அடுத்தவனுக்க வெளைல கெழங்கு புடுங்குவோம், கோழி திருடுவோம், குடிக்கு குடி அடிக்கு அடி இது தான் சாரம்ஸமே. இதெல்லாம் வயசுப் பயக்க பொதுவா பண்ணது தா.

ஆனா, மிம்மிக் கூட்டத்த உள்ள எட்டி ஆழமா பாத்தோம்னா கொலைக்கு கொட்டேசன் போடது மொதற்கொண்டு மந்துரவாதிங்களோட டீலிங் வர எல்லாமே நடக்கது வெளங்கும். அந்த நேரத்துக்கு யனக்கு மிம்மிக் கூட்டம் சரியானதா தெரிஞ்சி. நண்பர்கள் வேற கெடயாதனால முழுசா கூட்டத்தோடி ஐக்கிய மாயிட்டேன். இவனுவ கூடிப்போனா கத்தி வெச்சுருப்பானுவனு அசால்டா நெனச்சுருந்தேன். படுபாவி பயல்வளூட்ட துப்பாக்கிங்க, நாட்டு வெடிகுண்டுங்க பொரளூரத கண்ட பொறவு சிலிச்சி போயிட்டேன். நாங்க எப்பவுமே கூடதுக்கு ஒரு எடமுண்டு. கண்ணங்கொளத்துக்கு கெழக்கா போனோம்னா வெட்டி முறிச்சான் வரும். காண தூரத்துக்கு ரப்பர் மரங்க வளந்துருக்கும். வெட்டி முறிச்சானுல சுத்தி ரப்பர் மரங்களுக்க நடுவுல சின்ன எடம் தரிசா கெடக்கு. கிரிக்கெட் விளாட பயலுவ அங்க தா வருவானுவ. அங்க கூட்டம் எதுவும் வராது அது எங்களுக்கும் வசதியா போயிட்டு. தண்ணி அடிக்கவென், சிகெரட்ட பரிசோதன பண்ணுற டீன்கள், காஜு வண்டிகள் அங்க தா கூடும். ஏன் பேக்டரில படிக்க பயலுவ பாண்ட் அடிக்கவும், கஞ்சா வலிக்க வாரதயும் கண்டுருக்கேனே.

11

மிலிட்டரிலயிருந்து லீவுக்கு வந்த ஒருத்தென் அவேன் லீவுக்கு வந்தானா இல்ல மிலிட்டரில இருந்து தொரத்திவிட்டானுவளானு தெரியல. ஒரு பொண்ண கொன்னுபுட்டான். ஊருல முக்கியமான பேசு பொருளா அந்தப் பொம்பளைக்க மரணம் ஆளுவ மத்தில நெலவியிருந்து. எப்டினா அந்தப் பொம்பள யாரு என்னேணு முன்ன பின்ன கொன்னவனுக்கு தெரியாது. நேரடி சொந்தமோ, தூரத்துச் சொந்தமோ, முன்விரோதமோ எதுவும் கெடையாதுனு உறுதியா யன்னால சொல்ல முடியும். செத்தவ புள்ளத்தாச்சி வேற. ஆறுமாசமோ எட்டு மாசமோ. துணி தொவைச்சுட்டு நின்னவளுக்க தல முடிய கொத்தா புடிச்சு துடிக்க துடிக்க தண்ணீல தாத்து கொன்னுட்டான். செத்தவளுக்க பொணம் ஆத்துல மெதக்கது காட்டுத் தீயா ஊருக்குத் தகவல் பரவதுக்கு முந்தியே மிலிட்ரிகாரன் ஏக சந்தோசத்துல துள்ளிக் குதிச்சு போறத கூட்டுக்காரன் ஒருத்தென் பாத்துருக்கான். எல்லாவனும் குடிச்சிட்டு இருந்தப்ப கொஞ்ச நாளைக்கி கிரவுண்ட் பக்கம் வராண்டாம் போலீஸ்காரனுவ தொல்லயிருக்கும்னு பேசிக்கிட்டுருந்தோம். சிக்குல நா தெரியாம மிலிட்ரிகாரன அப்டியே புடிச்சாலும் பைசா வெச்சுருந்தானா அடுத்த மாசமே வெளிய வந்து அவ செத்த எடத்துலயே தோர்த்தோடி குளிக்க நிப்பானு சொன்னேன். எத்துன பைசா உள்ள பார்டிகள் தப்புது. இவனுவல்லாம்... முதுகெலும்பு உள்ள ஊருனா அடிச்சே கொன்னுருக்கணும். செரி, கொல்லதுக்கு மனசில்லையா குத்துயுராட்டும் அடிச்சிப் போட்டுருக்கணும். அவரு பாட்டுக்குப் பாடி குதிச்சி குண்ணைய ஆட்டீட்டே போனாராம் இவரு பாத்தாராம்னு சொல்லி சூட்ட கௌப்புனேன். பக்கத்துல இருந்த மத்தவென் (அவனுக்க பேர சொல்லக் கூடாது) லே! இவ்வளவு பேசுறியே அவன கொல்லதுக்கு ஒனக்குக் கழிவுண்டானு கேட்டான். சிக்கு வாக்குல நானும் உங்க கத்தி சாமனத்த வெச்சு யன்னால முடியாது. துப்பாக்கி இருத்தா பட் பட்டுனு முடிச்சுட்டுப் போயிட்டேயிருப்பேனு சொன்னேன். எல்லாவனும் சிரிச்சானுவ.

மிலிட்ரிகாரனுக்கு கொட்டேசன் வந்துருக்கு நீ கேக்கத

தரலான்டே ஒன்னால முடியுமானு மறுபடியும் கேட்டான். ஜோக் அடிக்கலனு புரிஞ்சதும் வெடவெடத்துப் போயிட்டேன். எந்தக் காரணத்தாலோ முடியாதுன்னு பின்வாங்குனா சரிபட்டு வராதுனு, தனியா முடியாது வேணும்னா ரெண்டு மூணு பேர் கூட வரணும் நீ இப்டி கேட்டதுனால யனக்கு மட்டும் பைசா வேண்டா வர்றவனுவளுக்கு எம்பங்க குடுனு சொன்னேன். மத்தவென் செரி வான்னு தனியா ரப்பர் வெளைக்குள்ள கூட்டீட்டுப் போனான். சுத்தி கண்ண உருட்டீட்டு பொதருக்குள்ள கைய உட்டு பொதிஞ்ச கவரு ஒண்ண எடுத்தான். கவருக்குள்ள பிஸ்டலும் நாலு தோட்டாவும் இருந்து. இங்க பாரு லோட் பண்ணி தாரேன் புல்லட்ட வேஸ்ட் பண்ணக்கூடாதுனு நீ தா கொல்லணும்னு சொல்லிக் குடுத்தான். யனக்க வாழ்கைல பிஸ்டல அப்போ தா தொடேன். ஊடா ரிங்குல இருந்தப்போ ரைபிள எப்டி பயன் படுத்தணும்னு மட்டுந்தா கிளாஸ் எடுத்துருந்தானுவ. அப்போ அத தூக்குனப்ப ஆள்காட்டி வெரல் வலிச்சதயும், பரவசத்தயும் இன்னும் மறக்கல. படத்துல அப்பிடி இப்பிடினு பறந்து பறந்து சுடானுவ, நெஜத்துல பிஸ்டல் நல்ல வெயிட்டாவே இருந்து. வாங்கி இடுப்புல சொருவுனேன். லே அப்டி வைக்காத கவருல மடிச்சி வெச்சுக்கோனு சொன்னான். சொல்லீட்டு நிக்கும்போதே ரெண்டு பேரு வந்தானுவ. யன்னை விட சின்ன வயசு பயலுவ; அவனுள முன்ன பின்ன நா பாத்ததே இல்ல.

அந்தி வெளிச்சத்துல யன்னையும் மீறி நாங்க கொலைக்கு தயாராயிட்டு இருந்தோம். யனக்கோ பேடி கூடீட்டு. மத்தவென தனியா கூப்ட்டு மக்கா நா படிச்சிருக்கேன். இதெல்லாஞ் செய்யதுக்கு ஒக்குமானு தெரியல்லேணு சொல்லி முடிக்கதுக் குள்ள, லே! படிச்செவனுக்கு ஒருத்தன கொல்ல முடியலேணா படிச்சி என்ன மயித்துக்கு? நாம சுட்டுக் கொல்லோம் படிச்சிருந்தா விட்டுக் கொல்லுவானுவ. நீ எதுக்கும் பயப்படாத, அவனுவகூட நின்னா போதும்னு தோளுல கைபோட்டுட்டே மறுபடியும், இத நீ செய்யலேணா நாளைலயிருந்து எங்ககூட சுத்த வேண்டா. நீ ஓசீல குடிக்கதுக்கா நாங்க உண்டாக்கி வெச்சுருக்கோம்னு மூஞ்ச சுளிச்சான். இப்டி மத்தவென் சொன்னதும் யனக்கு ஒடனே உறுத்தீட்டு. செரிடேனு ஆவேசத்துல ஒத்துக்கிட்டேன்.

இனி பேக் அடிச்சா சரிபட்டு வராது. வாரது வரட்டும்னு

66 ❋ மர்மரியா

நெனச்சேன். ஆனாலும், அந்தப் பயத்துக்க மேல தெரய வீச முடிஞ்சுதே தவிர அத அசச்சி வெக்கவே முடியல. ரெண்டுபேருல ஒருத்தேன் குவாட்டர ஒடச்சி தந்தான். யனக்கு தா அது அதிகமா தேவப்பட்டு. குடிக்க வாய் வெச்சப்போ மத்தவென் தடுத்து பாக்கெட்டுலயிருந்து சின்ன கவர எடுத்தான். அந்தச் சின்ன கவருல தா கறுப்புத்தூள் ஹீசம் இருந்து. நகக்கணுக்க அளவு மட்டும் எடுத்து குவாட்டர் குப்பில கலக்கி இப்ப குடி எல்லாஞ் செரியா நடக்கும்னு தந்தான். பிஸ்டல் சேப்டி அழுத்தி இருக்கு கவனம்னு சொன்னான். பொதிஞ்ச கவர கவனமா கைல வெச்சுருந்தேன். மிலிட்ரிக்காரன் எங்க இருக்கான்னு தெளிவா இவனுவளுக்குத் தெரியும்னு ரெண்டு பேரயும் பாத்து சொன்னான்.

நா எதுவும் பேசாம ரெண்டு பேரையும் பாலோ பண்ணுனேன். இருட்டுல எங்க ஏத்தம் ஏது எறக்கம்னு பாத தெரியாம நடந்தேன். ஹீசம் கொடுத்த உசுப்பல்ல நா விழிப்பாவும், இயல்புக்கு மீறி ஜாக்ரதையாவும் நடந்துகிட்டேன். ஹீசத்தோட தன்ம மாறு பட்டது. அத நா பொறவு நேரேம் உண்டுனா வெளக்கேன். அந்த ரெண்டு பேரும் யார் கண்ணுலயும் படாம நடந்தத பாத்தா இந்த தாயோளிகளுக்கு இதெல்லாம் பழக்கம்னு சொல்லத் தேவையில்ல. நேரா, ஒரு வாழ தோப்புக்குள்ள புகுந்தோம்.

சுத்தி வரப்பு ஏத்துன ஓடைக்குள்ள மறவா பதுங்கிட்டோம். தோப்புக்குள்ள சின்ன ஓல வேஞ்ச காத்தாடி கம்ப நட்டு ஊணுன குடிசைனு சொல்ல முடியாத அதுக்குள்ள அவென் கட்டுலுல கெடந்தான். குண்டு பல்பு ஒண்ணு மட்டும் எரிஞ்சுட்டு இருந்து. தூங்காம மிலிட்ரிகாரன் பாட்டு பாடீட்டு செலப்போ படுத்துட்டே இடுப்ப ஒயத்தி ஒயத்தி ஆடுனத கண்டேன். சுத்தி முத்தி பாத்துட்டு பாட்டத் தொடந்தான். யனக்கு அவன மட்டும் தா காண முடிஞ்சி. கவருக்குள்ளயிருந்து பிஸ்டல எடுத்துத் தயாரானேன். உள்ளங்கைல வேர்வ ஊற காத்து, இருட்டு, வெளிச்சம், மங்கல், புழுக்கம், ஈரம், மூச்சு எதுவும் ஓர்மயில்ல. அந்தத் தாயோளி மட்டுந்தான் தெரிஞ்சான். யாரையும் பாக்காம நா பாட்டுக்கு எழும்பீட்டேன். பக்கத்துல குந்தியிருந்தவென் தடுத்து பிஸ்டல யன்னட்ட இருந்து வாங்கி இழுவய இழுத்து செரிபாத்துத் தந்தான். நாங்க ரெண்டு பேரும் மிலிட்ரிகாரனுக்க பின்னாடி பதுங்கியிருந்தோம். எங்கள தாண்டி ஓடையோடி சுத்தி மிலிட்ரிக்காரனுக்க முன்பக்கமா

போனவென் அண்ணா அண்ணா போலீஸ் வீட்டுக்கு வந்துச்சுணானு கத்துனான். மிலிட்ரிகாரென் தெகைச்சு எந்திரிச்சான். அது தா சிக்னலுனு புரிஞ்சுது. எழும்பி நேரா நடந்தே ரெண்டு கையால பிஸ்டல இறுக்கி குறிபாத்து டிரிகர அழுத்துனேன். டப்புனு வெடிச்சி அடங்கி ஒரு செகண்ட் எல்லாமே அமைதியாயிட்டு. மிலிட்ரிகாரனும் கண்ணு விரிய யன்னைத் திரும்பிப் பாத்தான். முன்ன நிக்கவென் சுதாரிச்சி மிலிட்ரிகாரனுக்க மூஞ்சுல ஒத்த சவுட்ட வெச்சான். யன்னையே ஆழமா ஊடுருவி இருட்டுல பாத்துட்டு நின்ன மிலிட்ரிகாரென் முன்னாடி நிக்கவென் கொடுத்த சவுட்ட எதிர்பாக்கல. கிறுக்கு புண்டாமோனேனு யனக்க பின்னாடி நிக்கவன் யன்னைப் பாத்து கத்துனான். விழுந்தவென் வெறிலயோ, பயத்துலயோ ஸ்பிரிங் போல பாய்ஞ்சு எழும்புனான். சுடுல புண்டாமோனேனு பின்னாடி திரும்பவும் கொரல் அதட்டிட்ச்சு. நா குறி வெச்சு நெஞ்சுக்கு சுட்டது தோப்பியத்துலயும், வவுத்துக்கு வெச்சது தொடைலயும் பிஸ்டல் தோட்டாவ பாயவுட்டு டப் டப்புனு நெருப்ப கக்கி அடங்கீச்சு. மிலிட்ரிக்காரன் அலறி சுருண்டு விழுந்து வேதனைல மொனங்கீட்டு கெடந்தான். அவென் தப்பதுக்கு மொயற்சியே பண்ணல. என்ன தோணிச்சோ மொனங்கிட்டு கெடந்தவனுக்க பக்கத்துல போனேன்.

நா அங்க இல்லவே இல்ல யனக்கா பழக்கப்பட்ட நா அந்த எடத்துல இல்லவே இல்ல. எம்மூஞ்சில என்னவொரு பிரகாசம். மிலிட்ரிகாரனுக்க கண்ணு யன்ன பாக்கது போலவே சொக்கிடிச்சு. அவங்கிட்ட நெருங்கவும் கொல்லுறப்போ நாய் அடிய எதிர்பாக்கும் இல்லயா அதுவும் அடிக்கவென் மூஞ்சயே பாக்காம. அது மாதுரியே மூஞ்ச திருப்பிக்கிட்டான். கால கவட்டி நேர மெடுத்துக் குறி பாத்து டிரிகர அழுத்துனேன். வலக்கண் செதஞ்சி வெளிய தெறிச்சி, ரத்தம் பீறி கண் குழியாவி ஒடம்பு மண்ண ஆவேசத்துல புடிச்ச மாறி வுழுந்து. ஆச்சரியத்துல பின்னாடி அதட்டுனவன கண்டு நா சிரிச்சேன். செத்தவனுக்க பொணத்த பாத்துட்டே சிரிச்ச சிரிப்புல கலவரம் கலந்து யனக்கே நா சிரிக்கது ஒருமாதிரியா இருந்து. பின்னாடியிருந்து வந்தவென் ரெத்தம் தோய்ஞ்ச மண்டய முடியோடி கொத்தா புடிச்சி தூக்குனான். இன்னும் வத்தாம ரெத்தம் வழிஞ்சுட்டுருக்க பிரேதத்த நா முழுசா

பாக்க தொடங்குனேன். வாந்தி வர்றது போல இருந்து. ஓடைல தலய காட்டி சர்திச்சேன். துப்பாக்கிய கவருல மடிச்சு வெக்க மறக்கல, பயந்தேன், நல்லாவே பயந்தேன். காத்துல எல அசஞ்சதுக்குகூட கனத்து பயந்தேன். அப்டியே ஒதுங்கி வரப்பு மேல சாஞ்சேன். பேண்ட் பாக்கெட்டுலயிருந்து நாலஞ்சு பெரிய சைஸ் கறுப்பு கவருவள ரெண்டு பேரும் எடுத்துப் போட்டானுவ. இடுப்புல சொருவியிருந்த கத்திய வெச்சு பொணத்துக்க கழுத்த கரகரனு அறுக்கத் தொடங்குனான். ஒருத்தென் ஒழுங்கா எலும்ப வெட்டாத போது ஓங்கி அடிச்சி அடிச்சி கழுத்தெலும்ப ஒடிச்சான். இன்னொருத்தன் பெரிய சைசு வெட்டோத்திய எடுத்து நிசாரமா பொணத்த கூறுபோட தொடங்குனான். வவுத்த கிழிக்கப்ப நா திரும்பவும் சர்திச்சேன். ஒலகத்துல உள்ள அத்துன அருவருப்பும் மனுசனுக்க கொடலுல தா கெடக்கு. அந்த நாத்தத்த நா என்னேணு சொல்லுவேன். பித்தப்பை, ஈரலுனு அத்தனையும் தனித்தனியா எடுத்து கவருல போட்டானுவ. காண சகிக்காம நா திரும்பீட்டேன்.

சக்தியெல்லாம் எழந்த நடுக்கத்துல காலு வெதர்சிட்டு இருந்து. நடுக்கத்த அடக்க மொயற்சி பண்ணேன். ரெண்டு மணிநேரத்துல துண்டு துண்டா பொணத்த வெட்டி கவருக்குள்ள போட்டானுவ. எடத்த காலி பண்ணப்போ நாலு தோட்டாக்க தோடயும் எங்கைல கொடுத்தான் ஒருத்தன். கூடவே, சப்பிபோன ரெத்தமும் லைட்டா சதையுமா ஒட்டுன தோட்டாவயும் கைல திணிச்சான். கூரைக்க உள்ள கெடந்த துருப்பிடிச்ச நம்மாட்டிய எடுத்து ஒதறல் சதயளையும் நொறுங்குன எலும்போளயும் மறைக்க மிலிட்டரி காரன் பொரண்ட எடத்த சரியா கௌச்சிவிட்டான் இன்னொருத்தன்.

நேரா மத்தவென பாக்க கிரவுண்டுக்கு போனோம். அவெனுவ ரெண்டுபேரும் தனியா மத்தவென்ட பேசிட்டு யனட்ட சொல்லாம கவரோடி மறஞ்சுட்டானுவ. மத்தவன்ட நா பிஸ்டலையும், கவருக்குள்ள போட்ட தோட்டாத் தோடையும், சப்புன தோட்டா வையும் குடுத்தேன். எல்லாத்தையும் வாங்குனவென் பிஸ்டல வாங்கல. பைசா வேண்டானு சொன்னதால பிஸ்டல நானே வச்சுக்க தந்தான். கரெக்டா இன்னும் அறுவது நாளுக்குள்ள நா ஆசீர்வதிக்கப்பட போறதா சொன்னான். யனக்கு அது சந்தோசத்த குடுக்கும்னு சொன்னானோ என்னவோ யன் மூஞ்சி இருண்டே

இருந்து. கண்காணிக்க எதுவும், யாரும் இல்லேனா மனுசென் எத வேணும்னாலும் செய்வானு சொல்லத ஒருநாளும் ஏத்துக்க மாட்டேன். சுத்தமா களச்சி போயிருந்தேன். சிந்திக்கதே பெரும்பாடா இருந்து. கொன்னுட்டு ஆயுதங்கள ஆத்துல போடது வழக்கம். நா அதச் செய்யல. வீட்டுக்கு வந்ததும் காலி பிஸ்டல தலையண ஒறைக்குள்ள ஒளிச்சி வெச்சுட்டு ஒரு குளியல போட்டேன். கெழவி மட்டும் முளிச்சுருந்தா. குளிச்சுட்டு வந்து ஒரு ஒறக்கத்த போட்டேன்.

யன்னை எதுவும் அப்போ பாதிக்கல. பயந்தான் விடவே இல்ல. எந்தளவு கச்சிதமா நாங்க பண்ணீருந்தோம்னா அடுத்த நாளு வேல செஞ்ச எவனுக்கும் சந்தேகமே வரலியே. அப்போ ஏன் யனக்கு பயெம் குத்தீட்டே இருந்து, பிராயச்சித்தம் பண்ணியே ஆவணும்னு மனசு ஏன் ஏங்கிச்சு? அது ஏன் வலிச்சுது? மொத தடவனாலயா? ஒருவேள மொத்த ஊரும் கொலைய வேடிக்க பாத்துச்சோ? மர்மரிக்க மவுனத்த மிலிட்ரிகாரனுக்க சடலமா பெயத்து எம்முன்ன போட்டுச்சோ? எப்டியோ தப்பிச்சு ஊர விட்டுப்போன மிலிட்ரிகாரன் தப்பியே போனதாவட்டும். செத்தவளுக்கு நீதி கெடைக்காமலே இருக்கட்டும்.

ஆசீர்வாத நாள் அண்ணைக்கு தா கூட்டத்தோடி சேந்தேன். அதுக்கு முன்னால வீட்டுலயே தா கெடந்தேன். எப்போவாது கருக்கு கௌவாண கூப்புடுவானுவ. மத்தபடி மத்தவென கண்டா ஒரு கைகாட்டு அவ்ளவு தா. அவங்கூட குடிக்ககூட போறதில்ல. அறுவதாவது நாள் அண்ணைக்கு எல்லோருமா சேந்து சுமாரா நாப்பது பேர் கூடுனோம். ரொம்ப ரகசியமாவும், எச்சரிக்கை யாவும் ஆசீர்வாத விழாவ நடத்துனோம். அரசியல் மேல் மட்டத்துல இருந்துகூட செல ஆளுவ மூஞ்சுல தோலுல தைச்ச மொகமூடியால மறச்சு வந்து விருந்துல கலந்துகிட்டாவ. எவனும் யன்னை பாராட்டவோ ஏன் யனக்க பக்கம்கூட வரல; யாருங் கண்டுகிட்டதாவும் தெரியல. வந்தவனுவ மத்தவெனயே கண்டு கைகுலுக்குனானுவ. மிம்மிக் ஒரு பயங்கர குழுவா அப்போ உருவாகியிருந்து. எல்லாமே கொழப்பமாவும் அதே சமயம் செரியா நடந்துட்டும் இருந்து.

எறச்சி கறி போட்டானுவ. நல்ல ருசியா சாப்டதுக்கு பண்ணி எறச்சி போல இருந்து. சந்தேகம் வலுத்து மத்தவென் கிட்ட

போனேன். இங்க பாரு ஒன்னால தா இதெல்லாம் சாத்தியம்னு சொன்னான். சின்ன பெட்டிய யன் கைல தந்தான். அத தெறந்து உள்ள இருந்த விளிம்பு கரடா உள்ள மோதுரத்த போட சொன்னான். போட்டதும் எல்லோரும் ஹேனு ஒத்த கொரல்ல கூட்டத்தோட பாட்ட பாட தொடங்குனானுவ. ஒணர்ச்சிப் பெழம்புல எல்லோரும் தின்னுற எறச்சி மிலிட்ரிகானுக்க தானானு கூட்டம் போட்ட கூச்சல்ல மெய்மறந்து கேக்க நெனச்சத மறந்துட்டேன்.

கோரஸ்:

ஹெ! ஹெ! ஹெ!

நெழல் வீரங்க நாம
தொடுப்போம் போர் தொடுப்போம்
காமிகள கொல்வோம் காமிகள வெல்வோம்
கொடி ஏத்துவோம் வாங்க!

நாம ஓரினம் நாம எலும்பினம்
நாம நாஜிங்க நாம நாஜிங்க
ஆமா ஆமா
உயரினம் உயரினம் நாம உயரினம்
நாம நாஜிங்க
பெருமையிலும் பெருமை
நாம நாஜிங்க
ஒழிப்போம் பொட்டுயிரயும் அழிப்போம்
காமீஸ் சந்ததிய வேரோடொழிப்போம்
அந்நாளில் கொடி ஏத்துவோம் வாங்க

ஹெ! ஹெ! ஹெ!

12

அந்தக் காலத்துல ஆளுவ வெவரம், நாட்டு நடப்புனு எதுவும் தெரியாம இருக்க. சோறு தண்ணிய குடிச்சி காலத்த கடத்துனாவ. அந்த வாழ்க்கையானது அற்புதமான வாழ்க்கைனும் அந்த வாழ்க்கய வாழ்ந்தவிய ஆச்சரியமா மதிச்சி பெரும பேசுறவிய பண்ணது உண்மையிலேயே மடமையான செயலே தவிர வேறொண்ணுமில்ல. ஒலகத்துல எங்கயாச்சும் அடிமய

புகழுவாவளா? இந்த புண்டாமோனுவ புகழுவானுவ. இல்ல அஞ்சு அறிவு மிருகத்துக்கு அரச பதவி கொடுப்பானுவளா? இவனுவ கொடுப்பானுவ. முட்டாப் பயலுவ முட்டாப் பயலுவ தான்; அதுவும் தன்னோட சூத்த மட்டுமே நெனைக்க முட்டாப் பயலுவ. அடுத்தவென் எப்படா விழுவான் நாம எப்படா களவாடலாணு காத்து. கெடக்க தாயோளி மோனுவ. நா சொல்லது தப்புனா நாம இந்த நேரம் நல்ல வாழ்க்கயதானே வாழ்ந்துட்டு இருக்கணும்? இந்தத் தாயோளிகள புகழுறவனுவளுக்க சூத்தவிட சூத்துல ஒட்டியிருக்க பீய நக்கதுல அவ்வளவு இஸ்டம் போல. எப்டியோ நல்லா நக்குனா செரிதான். ஒருத்தெனுக்கும் யார பத்தியும் கவல இல்ல. அத ஒரு கொறையாவே நெனைக்கல. காரணம் மனுசனால ஒரு நாளும் ஒத்துமையா வாழவே முடியாது. அது சாத்தியமே இல்ல. அழிவு வந்தா பரவாயில்ல அசிங்கமா வாழதுல தா துன்பம். துன்பம்! துன்பம்! துன்போம்! கொம்மைய ஒத்த துன்பம். காறி துப்பி சாக்கட ஒலகத்துல வாழ எல்லாத்துக்க மூஞ்சுலேயும் மோண்டு விடதா நேத்து கனவு கண்டேன். சூடான வத்தி வார மஞ்ச மோள எல்லாத்துக்க மேலயும் பீச்ச முடியுமானு நெனச்சதும் கனவு கலஞ்சு. செத்தவனுவ செத்தவனுவ தா. புழு புழுத்து பீ தெறிச்சி அசிங்கமா சாவது தா ஏற்பாடு. மனுசன்னாலே அசிங்கம்தான் அசிங்கம்னாலே மனுசன் . அசிங்கத்த தவிர இந்த நாய் சூத்த உறிய மிருகங்க ஒலகத்துல எத மறச்சுருக்கானுவ?

இல்லேனா திடுதிப்புனு நடு ராத்திரில கதவ தட்டி ராத்திரியோடு ராத்திரியா சுட்டுக் கொன்னுட்டு, அடுத்த நாளே நாங்க குத்தவாளிய புடிச்சோம், கை கால் ஊனத்துலயும் அந்தக் குத்தவாளி சாங்கேல் தூதருக்க றெக்கைக்க ஒதவியால பறக்க மொயற்சி பண்ணான், அதான் தற்காப்புக்காக சுட்டுட்டோம்னு சொல்லுவானுவளா? தேவிடியா பயலுவ பயத்த பாவப்பட்டவன் நமக்கு ஏத்தீருவானுவ. கொலபண்ணவேனோ மரிச்சவனுக்க கல்லறய வீடியோ எடுத்துப் பாட்டு பாடுவான்.

அப்டி தா மத்தவென சுட்டுக் கொன்னானுவ. ஓக்கதுக்கு மட்டும் அப்டி ஒரு ஆர்வம். இந்த ஓம்பாடுக்கு யான் வாழனும்? போதாதுன்னு ரெண்டு கொட்ட வேற. மத்தவென் செத்ததும் நா அறவே மிம்மிக் கூட்டத்தவிட்டு வெலகிட்டேன்.

நமக்கு எதுக்கு வம்புனு சும்மா இருக்க வேண்டியது ஒண்ணு

தா பொழைக்கதுக்கான செறந்த வழி. யன்னைய போல தப்பி வாழ்ந்து காட்டதுதான் நாம நம்ம முன்னோருக்கு செய்ய மரியாதையே தவிர பெரும பேசது இல்ல. சமுதாயமும் அம்மைக்க புண்டையும்.

கொடல்ல வாழ லீபர்குன் சொரப்பிய யனக்கு அநாவசியமா புடிச்சிருந்து. யன்னோட சொரப்பிய தானே நா கல்யாணம் பண்ண நெனச்சேன். அதுல என்ன தப்பிருக்கு? வாழ்க்க பூரா யன்னையே சார்ந்திருந்து நா மரிச்ச பொறவு யங்கூடயே மரிக்க லீபர்குன் சொரப்பிய நா ரகசியமா விரும்புனதுல என்ன பெரிய ஆச்சரிய மிருக்கு, இல்லேணா நா வாழணும்னு ஆசப்பட்டேனா?

அமைதியா, நிம்மதியா குடும்பஸ்தனா மூத்தோர் சொல்லும் மூடு வந்த குண்ணையும் போல இழுத்த இழுப்புக்கு அடங்கிப் போவதே சொதந்திரம்னு சமதானப்பட்டு வாழ விரும்புனேனா? செரி, எவென் ஏத்துப்பான்? ஊர்காரனுவ ஏத்துப்பானுவளா? அப்டியே ஏத்துக்கிட்டாலும் இவனுவளுக்க மத்தில சொதந்திரமா வாழ சம்மதிப்பானுவளா? இது யூரோப் இல்லடேணு எவனாது பத்தி வெச்சாலே போதும், ஊரே கூடி தலய வெட்டதுக்கு தயார் ஆயிருமே. சந்தர்ப்பவாத கூதிங்க ஆமா, சந்தர்ப்பவாத கூதிங்க. இவனுளுக்க நாகரீகமும், நாய் மூத்துரத்த குடிக்க கலாச்சாரமும். செரி நா எல்லாவனையும் மன்னிக்கேன். என்ன? ஆமா நா மன்னிச்சிதானே ஆவணும்! சொல்லது போல மன்னிச்சி மறந்து ஒத்துமையா வாழ மொயற்சி பண்ணலாம் ஆனா, யார பழிவாங்குன பொறவு அத செய்யதுக்கு? இந்தமாரி பேச ஆளே நா இல்ல நானும் இன்பத்த முழுசா சொந்தங் கொண்டாடவனே. தோத்துப் போயாச்சினு புரிஞ்சதும் யன்னால வேற எதச் செய்யதுக்கு ஏலும்? ஓ! மும்முடிகளே உங்க ஆட்சிகாலத்துல எத்தன ரேப் பண்ணீங்க? செத்துப்போனதுவ அமைதியா மண்ணுக்கடில கெடக்கனாலயா ஒங்களுக்கு இவ்வளவு திமிரு வளந்துட்டு? ஓ! மும்முடிகளே நீங்க எத்தன பேருக்க ரெத்தத்த குடிச்சிட்டு பிச்சகாரன்ட தண்ணி தவிக்கீனு பொய் சொல்லீருக்கீய? ஓ! மும்முடிகளே நீங்க ஏன் அமைதிய விரும்பதா சொல்லுரீய? சீரழிக்க இனி எதுவும் மிஞ்சலேனியா? ஓ! மும்முடிகளே ஒரே அடியா எல்லோரையும் கொல்லாம ஒரு தலமொற அழியத இன்னொரு தலமொறய ஏன் பாக்க வெக்கீங்க? ஓஹோ அதுல என்ன லாபமிருக்கு? அது தா உங்க எண்ணமில்லையா? அது

செரி அது செரி.

'அந்தில அந்தப் பக்கம் போகப்புடாது செரியால?'

'செரி பாட்டி.'

'மோனே ஆளுவள கொன்னு சாக்குல கெட்டி தொங்க வுடுவாவல எக்காரணமும் போயிருப்புடாது கேட்டியா?'

'செரி பாட்டி நா இனி போவ மாட்டேன் நீ அழாத...அழாத நா போவவே மாட்டேன். மாட்டேன்! மாட்டேன்! மாட்டேன்!'

இந்த ஆறானது அடக்கக் கூடாத மிதமான ஆதங்கத்த தனக்க பெலன் கொண்டு எங்கெல்லாம் பாயக் கூடுமோ அவ்வரையில பாயுவ். ஆத்தோட எச்சி படாத எடங்க வரண்ட பிரெதேசமா மாறாது இல்ல. இதுவும் ஒரு காரணமா இருக்கலாம். அதுக்க வெளிச்சமும், நெறமும் ஊரோட எல்லைல மலைய ஒட்டி வெச்ச ரவுத்தி காட்டுல பிரெதிபலிக்குதோ என்னவோ. மார்ச், ஏப்ரல் மாசெம் அணைல தண்ணிய நிப்பாட்டுனா காஞ்ச வரட்சிய இங்க ஊருக்குள்ள காணலாம். ரவுத்தி காட்டுல வரட்சியோட சொவடே தெரியாது. செக்க செவேனு ரெத்தம் காஞ்ச காடா கொணையும்.

இங்க ஒரு வைத்தியென் இருந்தான். பிட்டலுக்க ஆசான். அவென் செத்த கதய கேட்டா வேடிக்கையா இருந்தாலும் பிட்டல் சொல்லப்போ அந்தாளுக்க மூஞ்சி சுருங்கிப் போயிரும். அதே சமயம் வைத்தியருக்க சாவுக்க பொறவு நடந்த சம்பவங்க ரவுத்தி காட்டோட மாற்றத்த புரிஞ்சுக்க நமக்கு ஒதவும்.

ரவுத்தி காட்டுல வைத்தியருக்கு நெறய நெலம் உண்டு. வைத்தியர போலவே நெறைபேருக்கும் சொத்து உண்டு. பிட்டலுக்கு சின்ன வயசு வைத்தியருக்க வெளைகள்ல தா ஆரம்பத்துல வேல பாத்தாரு. அந்தக் காலத்துல எவேன் சோறு தண்ணி அவிச்சான்? வவுறு போய்ச்சுனா கண்டவெனுளுக்க வெளயோடி ஒரு சுத்து சுத்தீட்டு வீட்டுக்கு வந்துட்டா பசி பறந்துருமே. வைத்தியருக்க வெளைல வார கொரங்குவள வெரட்ட கொட்டு அடிக்கவும், நட்டு வெச்ச மருந்து செடிகள பாதுகாக்கவும், பல ரக கெழங்கு வகைகளப் புடுங்கவும், நடவும் வைத்தியருக்கு ஒத்தாசையா இருந்தாரு. அண்ணு நல்லா தா வெளச்சல் இருந்து எதுவும் வெசமாவல. வைத்தியரு எப்டினா வர்ம கலைல பயங்கர ஆசானாக்கும். எந்த நரம்புல எப்டி தட்டுனா

என்ன நடக்கும்னு அத்துப்படி. எல்லாரும் நோய்னா அவர்ட தா போவாங்களாம். வைத்தியருக்க கூடவே நடக்கதுனால பிட்டல வைத்தியருக்கு நல்லா புடிக்குமாம். பிட்டலொண்ணும் சும்மா இல்ல, சொல்லவா வேணும். அம்பது கிலோ சாம்பல இங்கயிருந்து ரவுத்தி காட்டுக்கு நிக்காம ஒரே மூச்சுல சொமந்து போவாராமே. இங்க ஒரு கிறுக்கனுக்க வீட்டு வேலைக்கு அம்பது கிலோ சிமெண்ட் மூட்டய எட்டடி தூக்கி வைக்கதுக்கு மூட்டைக்கு இருவது ரூவா தாரேன்னான். எவனால ஒக்கும்?

காட்டுல மத்த புலியோ சிறுத்தெயோ ஒண்ணு போற வார ஆளுவளயும், மேய்ச்சலுக்குப் போற ஆடுவளயும் அடிக்கதா இருந்துருக்கு. காட்டுக்கு ஆளுவ பயத்துல போறது கொறஞ்சி. பிட்டலுக்கு சின்ன வயசில்லா புலிய அங்க கண்டதாவும் இங்க கண்டதாவும் பேசுன ஆளுவள்ட்ட சொளவ குண்டீலயால சொருவி வெச்சுருந்தீயனு எரிஞ்சீட்டு காட்டுக்கு யார் சொல்லியும் கேக்காம போயி வந்தாரு.

நம்மாட்டி ஓங்குனப்போ புலிக்க கால் தடத்த கண்டதும் பயம் முத்தீட்டு. அதுமட்டுமில்ல யாரோ மறவா தன்ன கவனிக்காவனே ரெண்டு நாளும் வேல பாத்துருக்காரு. அவெனும் மனுசென் தானே. ஒரு கட்டத்துல வேலய நிறுத்தீட்டு நேரா வைத்தியருட்ட போயி ஆசானே புலி உண்டு ஆசானே. யன்னையே ஒளிஞ்சு ஒளிஞ்சு காணுது நா ஓடி வந்துட்டேனு சொல்லீருக்காரு. கசாயத்த காச்சிட்டு நின்ன வைத்தியரு ராவோடி ராவா ரெட்ட கொழல் துப்பாக்கிய எடுத்துட்டு பிட்டலயும் கூட்டீட்டுக் காட்டுக்குக் கெளம்பிட்டாரு. ஆசானே புலி ஆசானேனு பிட்டல் கத்தவும் ஒத்த சுடுல புலிய சரிச்சாரு வைத்தியரு. பிட்டல் சொல்லுவாரு புலி பூன போல இருக்கும்னு நெனச்சா புலி புலி மாரியில்லா இருக்குனு.

நெட்டுல தட்டி புலியோட படத்த காட்டி இது போலதானா வைத்தியரு சுட்டது இருந்துனு கேட்டா இதுயில்லடேனு சொன்னாரு.

அப்போ நா கேட்டேன், இந்தப் பக்கமெல்லாம் புலி கெடையாதுல்லா எப்டி புலி வந்துருக்கும்னு. அதுக்கு, புலிக்க மேலு பூரா தீக் காயத்த அங்கங்க கண்டதா சொன்னாரு. கூடவே தீஞ்ச வாசமும் அடிச்சதா சொன்னாரு. ராத்திரீல நடந்தனாலயா இல்ல கெழட்டு தாயோளிக்கு ஞாபகம் இல்லையா என்ன எழவோ. கெழவி சொன்னதுக்கும் பிட்டல் சொன்னதுக்கும்

உள்ள ஒத்தும நல்லாவே புரியும். காட்டுலயே செத்த புலிய ரெண்டு பேருமா பொதச்சுருக்காவ.

ஊரே வைத்தியர கொண்டாடிச்சி. இப்டிப்பட்ட வீரன் சக்க பறிக்க போய் செத்தான்னு சொன்னா எவனாது நம்புவானா?

புலிய கொன்ன பொறவு வைத்தியருக்குத் தூக்கமே வரலயாம். விநோதமா நடந்துக்க தொடங்குனாராம். யார பாத்தாலும் திட்டதும் எதச் சொன்னாலும் எடுத்தெறிஞ்சு பேசதுமா அவரோட சாந்தமான கொணத்துக்கு விரோதமா நடந்துருக்காரு. பொண்டாட்டிட்ட பரானமா வருதுன்னு சொல்லி படுப்பாரு.ச் பொறவு எந்திரிச்சி தனக்குத்தானே பேசுவாராம். சாவதுக்க முந்துன நாளு மோளுவள கூப்டு சொத்த பிரிச்சும் கொடுத்துருக்காரே. ரவுத்தி காட்டுல உள்ள பாகத்த மட்டும் யசாருக்கும் பிரிச்சி கொடுக்கல.

சக்க பறிக்க பிட்டலு காலைல ஆசான்ட சொன்னாராம். எல்லாம் பழுத்து நாசமா போவுது, ரெண்டு ஆளுவள கூட்டீ போறேன்னு. அவனுவளுக்கு அந்தி பைசா குடுக்கணும்னு. வைத்தியரு வேண்டானு சொல்லி தடுத்து நா ஒருத்தேன் போதும்னு ரெண்டு வேருமா கெளம்பீருக்காவ. மேல நிக்க குண்டு சக்கய ஒரு கோணிச்சாக்க ரெண்டு பேரு புடிக்க ஒருத்தேன் மேலயிருந்து சாக்குல வீச சக்கைய தல்லுபடாம பக்குவமா பறிக்கணும், இல்லையா, கயித்த கெட்டி கீழ எறக்கணும். பிட்டலுக்குக் கொழப்பமா இருந்தாலும் ஆசான்ட என்னத்த கேக்கதுக்குனு எதுவும் பேசாம மரத்துல ஏறிருக்காரு. போடுலனு கீழயிருந்து ஆசான் கத்த வெளஞ்ச குண்டு சக்கைக்க பிடிய வைத்தியருக்க கைக்கு பிடிப்பாருனு நேரா பிட்டல் வுட்டாரு. சக்க விழத கண்ட வைத்தியரு பின்னாடி கைய மடிச்சி கழுத்த முன்னுக்குத்ச் தள்ளி மண்ண பாத்தாரு. நொடி நேரத்துல சக்க வைத்தியருக்க கழுத்த ஒடிச்சு தம்னு தரைல விழ துடிச்சி ஒத்த காலு வானத்த தூக்க வைத்தியரு செத்தாரு.

வைத்தியரு செத்த ஒரு வாரத்துல ரவுத்தி காட்டுல நெலம் வெச்சுருந்த இருவத்தி ரெண்டு பேரும் மர்மமான மொறைல ஒடம்பு கருவ காட்டுல செத்துக்ச் கெடந்துருக்காவ. ஊர்காரனுவ யோசிக்கலயா? செரி, புலி கொன்ன ஆடு, மாடுவள இவனுவ பாத்தானுவளா? என்ன கறுமமோ. இவனுவ செத்தனால தா ரவுத்தி காட்டுல வளருர புல்லு, செடி, மரம்,ச் கொடி மண்ணு உட்பட

அத்தனையும் சொவப்பாயிட்டாம். கருக்கு பறிச்சா எளனி ரெத்த ருசில புளிக்குமாம், சொவப்புக் கலர் கொய்யாவ தின்னா எதயத்த தின்னது போல, முழுங்குனது உள்ள எறங்காம நெஞ்சுலயே காந்தி நிக்குமாம். ஒரு பொட்டு மண்ண வீட்டுல வெச்சாலும் அடுத்த நாளே வாந்தியும் பேதியும் வந்து சாவதால ரவுத்தி காட்டுப் பக்கமே எவனும் கால் வைக்கது இல்ல. காட்ட தள்ளியே நடக்கணும்னும் என்ன ஆனாலும் உள்ள போயிரக்கூடாதுனும் சின்ன வயசுலயே சொல்லிச் சொல்லி வளப்பாவ. அது நார்மல் தா அதே சமயம் இந்தக் காட்டோட இருப்பையே மறந்த மக்களாவும் இருக்கது தா யனக்கு ஆச்சரியமே. இங்க எல்லாம் பச்சையாவும் அங்க வாழத்தண்டுகூட சொவப்பாவும் இருக்குனா ஏதோ ஒண்ணுனு ஆராயணுங்க, அறிவு வேச்ண்டாச்மா? செத்த இருவத்தி ரெண்டு பேரும் கருகியில்லா மரிச்சிருக்காவ.

சீக்ரமே அரசாங்க ஆளுவ வந்துருக்கானுவ. அளந்து ஊருக்கும் ரவுத்தி காட்டுக்கும் எடைல அங்கயிருந்து இங்கயும் இங்கயிருந்து அங்கயும் எதுவும், யாரும் போவாமலும் வராமலும் இருக்க கரெண்ட் வேலிய கட்டுனானுவ. ஆர்மிகாரனுவ காவலுக்கு ராப்பவலா நிக்கத் தொடங்குனானுவ. ரவுத்தி காடும் மலையும் கவர்மெண்டுக்க கட்டுப்பாட்டுக்குள்ள முழுசா இண்ணைக்கு வந்தாச்சி. வருசெம் ஆவ ஆவ ஒட்டி நிக்க மலயும் மறைய தொடங்கியாச்சி. வெளிய குவாரீனு சொன்னாலும் உள்ள என்னவோ நடக்கு. யன்னால எல்லாத்தையும் கோக்க முடியும், ஆனா தீர்க்கமா பதுல் கெடைக்கல. களச்சு போயிட்டேன். யனக்கு என்ன வருத்தம்னா காட்டுக்குள்ள என்ன நடக்குனு ஊர்க்காரனுவ கேக்கவும் இல்ல, அவனுவ சொல்லவும் இல்ல. எண்ணெய்க் குள்ள நடக்கது போலயே நடக்கேன். பிட்டல் ஊருலயே மூத்த கெழவென். அவனுக்கு மத்தவங்களவிட விசயம் தெரிஞ்சுருக்கும்னு கெழவி சொன்னது வெச்சி கேட்டா நீ மண்ட கழந்து தா திரியுறனு சொல்லது உண்மதான் இல்லையாணு பொலம்பான். அக்கா என்னானாணு நோக்க நேரந்தான் சம்பவமே ஒருவாரா புரிஞ்சி. உண்மய நா புரிஞ்சதுலயிருந்து ஊரே யன்னை பைத்தியம்னு ஒதுக்கி வெச்சுட்டு. செரி நா ஒரே ஒரு கேள்வி கேக்கேன். கருங்கல்ல தானே ராத்திரி லாரில வெட்டி எடுத்துட்டு போறீய அதுக்கு எதுக்கு பாதுகாப்பு? பாதுகாப்ப விடுங்க. லாரில

கெடக்க கல்ல காட்டுங்கனு கேட்டா இன்னா பாருங்க தளும்ப. புண்டைக்க மொவன் காவக்கார நாயி தோக்கால வாயிலயே இடிச்சான். ரெண்டு தையலு கொம்மைய ஓத்த பய.

கெழவிக்க கணக்குப்படி எண்ணி நாப்பது நாளுல ஊரு அழியும். நீங்க வேணா பாருங்க. அவனுவ என்னவோ போட்டு பொகைக்கானுவ. ராத்திரீல வானத்தையே மூட, கண்ணுக்கு ஒடனே பொலனாவாத பொக எங்கள என்னவோ பண்ணுது. எல்லோரையும் போல சாப்டோம், சிரிக்கோம், சம்பாதிக்கோம், குடிக்கோம் ஏனோ நாங்க நாங்களா எங்களால... எங்களால இருக்க முடியல அந்தப் பொக எங்கள என்னவோ பண்ணுது. உள்ள வாங்க நா ஒண்ணு காட்டி தாரேன். இன்னா இந்தச் சொவப்பு கட்ட இருக்கில்லா இது காட்டுக்குள்ள நின்ன தேக்குக்க வெளிய தெரிஞ்ச வேரு செரியா. இத சும்மா சவைங்க அதுக்கு முன்ன அந்தப் பிரோக்க அடில ஒரு குப்பி இருக்கா அத தொறக்காதுங்க உள்ள நாலு மிசுறு செத்துக் கெடக்கா, இத மிசுறுனு சொன்னா நீங்க நம்புவீளா, இத போல மிசுற ஒலகத்துல எங்கை யாச்சும் பாத்துருக்கீளா? காடு பண்டு எப்டி இருந்துனு எல்லாவனும் மறந்துட்டானுவ. கெழவுனுவளுக்கு மறதி கொமரனுவளுக்கு அரிப்பு. அதுவும் உள்ளயிருந்து ஹீசத்த தவிர பொருள் எதுவும் வரமாட்டேங்கு. நா நம்புறேன். சந்தேகம்னாலும் வீம்புக்குனே நம்புறேன்.

‘செரி இத சவைங்க... சும்மா தயங்காம சவைங்க... ஒரு கெமிக்கலுக்க நெடி அடிக்கா? கொஞ்சம் எச்சிய முழுங்கி பாருங்க. நா இருக்கேன் இல்லா’

‘ஹலோ?’

‘ஓய்’

‘ஆளு செத்தாச்சா?’

13

அண்ணு வாந்தியெடுத்து முடுக்குல சரிஞ்சப்ப லீபர்குன் சொரப்பி வாந்தில மிக்ஸ்சாவி ஒட்டியிருந்த சின்ன பீஸ் புரோட்டாலயிருந்து

செரமப்பட்டு வெளிய வந்து. நா கேட்டேன் கோட்டர தவுர ஒனக்கு என்ன வேணும்னு. நீ என்ன வெச்சுருக்கேனு அது திரும்பக் கேட்டு. எங்கூட வா, நா காட்டேன்னு சொன்னேன். போல பன்ன பயலேணு சொன்னதும், இல்ல நீ நெனைக்கது இல்ல சும்மா ஒக்கதுல யனக்கு விருப்பம் இல்ல, ஒனட்ட ஒண்ணு காட்டணும் கூட வானு கூப்டேன். அது யோசிச்சிட்டு பக்கத்துல நா சர்திச்சதுல கெடந்த நாத்தமடிக்க கலவைட்ட பிள்ளேளா இருந்துகிடுங்க இன்னா வாரேன் வந்ததும், அவென ஒங்கள விழுங்க சொல்லேனு பேசிட்டு எங்கூட வந்து. யனக்கு ஒரே சந்தோஷம். பார தள்ளி நாங்க இருட்டடைஞ்ச வெளைக்கு வந்தோம். யனக்க பிஸ்டல அதுட்ட காட்டுனேன். சொரப்பி அத பாத்ததும் வாய பொத்தீட்டு. நானும் பதற்றத்துல இந்தத் துப்பாக்கிய வெச்சு ரெண்டு பேர சுட்டேன். தெளிவா சுட்டுருந்தேனா தோப்பியத்துக்கு பதுலா நெஞ்சில பட்டுருக்கும், இன்னொருத்தனுக்கு தொடைக்கு பதிலா வவுத்த உருவீருக்கும்னு சவுடால உட்டேன். இதப் புடிக்கவே வெயிட்டாவும் கை நடுங்கியும் போவுது; பெரிய அளவு பிராக்டீஸ் எதுவும் இல்லயில்லானு சொல்லி முடிக்கதுக்கு உள்ள நா ஏன் இதெல்லாம் ஒரு சொரப்பிட்ட சொல்லேன்ணு தோணிச்சி. டக்குனு அது யனக்க செவளைல ரெண்டு அற வுட்டு. இந்தக் குண்ணைய காட்டதுக்கு தா இத்தன நாளா யன்ன வா வானு கூப்டியாக்கும்னு. உள்ளயே இருக்கா இல்லா நீ என்னத்த பாத்துருப்பேணு இத ஒனட்ட காட்டதுக்கு நெனச்சேனு சொன்னேன். கொழம்பிப் போயிருக்கும் போல எதுவுமே சொல்லல. யனக்கு பேசதுக்கு நெறய இருக்கதா தெரிஞ்சி.

இன்னும் மேல யனக்க விசயத்த எல்லா சொன்னா அது யனக்கே பைத்தியக்காரத்தனமா தோணீரும்னு நெனச்சு எதுவும் பேசல. அதோட வழுக்குன கழுத்த புடிச்சி வாய்க்குள்ள அமுக்குனேன். பல்ல புடிச்சிட்டே உள்ள போமாட்டேனு கத்துனதும், பிஸ்டல யன் வாய்க்குள்ள உட்டு சுட்டுருவேனு மெரட்டுனேன். அதுட்ட யிருந்து எந்த பதுலும் வரல. நிதானமா வவுத்துக்குள்ள எறங்குனத உறுதிபடுத்துனதும் அப்பாடானு யாருட்டயோ இருந்து தப்புனது போல ஆசுவாசமடஞ்சேன். முழுசா தப்பிக்கலயேனு அடுத்த செகண்டே நெனச்சதும் யன் உயிர காப்பாத்த வெப்ராளத்துல ஊர சுத்தி வேகமா அலறியடிச்சி ஓடத் தொடங்குனேன்.

முக்குல இருக்க பிராந்தி கடைல ஆறு மணிக்க மேல நல்ல கூட்டம் கூடும். வாரவென் ரோல தான் வாங்கிட்டுப் போவான். ரோல் யனக்குப் புடிக்காது. பின்ன, இந்த வேல செய்யவனுவ வேற வக்கில்லாம மேல் நோவு தீரதுக்குனு ரோல குடிப்பானுவ. எப்டினா நேரா நூறடிக்கு ஒரு முடுக்கு. முடுக்கு ஓரத்துல சிம்பிளா பக்கத்துல உள்ள கடைல கப்பு தண்ணி வாங்கி நின்னு 24/7 குடிச்சிட்டே ஒரு குரூப். இவனுவளுக்க குண்டிய ஓரசீட்டும் இவனுவ கசக்கி போட கப்பு, பாட்டில் குப்பிய பெறக்கதுக்கு சாக்கு பையோடி நிக்கவென தாண்டி கடைக்குப் போவணும். இதுல சுத்தியும் குவாட்டர் ஸ்டிக்கர கண்ட எடத்துல ஒட்டி வெச்சுருப்பானுவ.

வீட்ல இருந்தாக்குல கிறுக்கு புடிச்சி. மிம்மிக் கூட்டுக்காரனுவ மந்துரவாதி மேட்டருக்கு போய்டானுவ. ஒரு சிசு செத்துப் போச்சாம். அத அடக்கம் பண்ணத தெரிஞ்சீட்டு இவனுவ வியாபாரம் பாக்க கௌம்பிட்டானுவ. கூப்டு பாத்தானுவ, ஆளா இல்ல? யனக்கு இதுல துளியும் ஆர்வங்கெடையாது. சும்மா பொணத்த தோண்டி வேற வேல இல்லேணு போவாம கெடந்துட்டேன். பைசா வேற இருந்தா குடிக்கலாணி நேரா ரோட்ட புடிச்சி நடந்தேன். இவளுவ முடுக்கு வாசலுல நின்னு காசு வாங்குவாளுவ. சில்லற சில்லறயா வார பைசாவ பிராந்தி கடைல குடுத்து நோட்டா வாங்கீட்டுப் போவாளுவ. இருவது ரூவா குடுத்தேன் வாங்குனவ தலய சுத்தல. தலைய சுத்தி வுட்டுருந்தா நா பாட்டுக்கு போயிருப்பேன். ஆமா... மூஞ்சு எதுக்கு இருக்கு? மொகங்கள யனக்குப் புடிக்கவே மாட்டேங்கு.

தல தாத்தி நின்னதும் இவா பக்கத்துல நின்னவ கேக்கெக்கேனு சிரிச்சி, அட கிறுக்கா கேவலப்படுத்தாதேணு தலய சுத்துனா. அக்கானு கூப்ட அளவுக்கு அவிய கூட நல்லா பழக்கமாயிட்டு.

ஊருக்குள்ளயும் வசிக்காம ஊருக்க வெளிலயும் வசிக்காம இவளுவ எங்க தங்காளுவேனு யோசிச்சுருக்கேன். யோசிக்கதோடி செரி சமுதாய கடமய நெறவேத்துனதுக்கு சமானம்தானே. இது நேஷனல் ஹைவே! பரதேசிகள எதுக்கு ஞாபகம் வெச்சுக்கணும்?

வெள்ள தாடி, தூசில அழுக்கடஞ்ச சட்ட, அழுக்குல நைஞ்சு, பாவாட கிழிஞ்சு ஊரு ஊரா சுத்துறவீள பத்தியும், ஊருக்குள்ள இவளுளுக்கு வாடகைக்கு வீடுகூட தராதவனுவள பத்தியும் நெனக்கதுல என்ன பெரயோசனம்? கூச்சம், கொன்னுருவானுவ

ளோனு அச்சம். எப்போவும் ஒதுக்கம், யாருக்குக் கவல? எதுக்கு கவல? டீவில பாத்தீளா மக்களே நாடு முன்னேறுறத; சமூகம் ஒதுக்கி வெச்ச பொம்பள இன்னைக்கு கலெக்டராயிட்டானு படம் காட்டது போதும்தானே. அதெப்டினா கொறஞ்சது எம்பது சதவீதம் காப்பாத்தி புடுங்கீரலாம். செலவு இருக்கில்லையா? ஒண்ணு ரெண்டு விடுபடும் தவறில்லையே. அதெல்லாம் கொலாட்டரல் சேதமாம். பிச்சக்காரனுவ நாட்டுக்குத் தேவதானே. ஆமோ அப்போ தா பிச்சகாரனுவளுக்க அழுக்க இவெனுவ நாக்குல பாலீத்தீன் கவர கெட்டி நக்கி தொடைக்க வசதி. நாக்குல கெட்டுன கவர பிரிச்சா நாக்கோடி ஒட்டி கவரும் வந்துரு மில்லையா? நாக்கு நக்கலனு சமாதனப்படட்டு நமக்கென்ன.

அதுக்க பேரு லீபர்குன் சொரப்பினுகூட மொதல்ல யனக்குத் தெரியாது. அதுவும் எம்பேர சொல்லி ஒருபோதும் கூப்ட்டது கெடையாது. தெனமும் பார் பக்கம் போய் அதுட்ட பேசதுக்குனே சிக்கு ஏத்தத்துல தலகெறங்கி சர்திக்கதும் இருவது ரூவா குடுக்கனால அக்காமாருவ முடுக்கு வழில கெடக்க யன்னை இழுத்து ஒதுக்கி போடதும், தனியா நா அதுகூட பேசதும், மர்ம கண்ணுவ மறமொவமா எங்கள நோக்கதும், நாத்தம் புடிச்ச சாக்ஸ ஜட்டிக்குள்ள பத்து நாளா ஒளிச்சி வெக்கதா யன்னை யாரோ ஞாபகப்படுத்ததும். யப்பா, நானும் பிளேடால கைய கிழிச்சி கிழிச்சி வலிய போக்கதுமா எல்லாவித அர்த்தமும் உண்மய கனக்கச்சிதமா காட்டுனத எங்கோடி ஏத்துக்கதுக்கு? அது யன்னை நம்புச்சி நா அத கொன்னேன். அதுக்கு சாவதுல எந்த மறுப்பும் இல்லயா? அது தா யன்னைய வாட்டுது. யனக்காவா? ஏன்? இதுக்கெல்லாம் யாரு காரணம்? நானா? நா இல்லவே இல்ல. ஆனா நாந் தா. யன்னால ஏலாதத பண்ணா அது நா பண்ணதா ஆகாதில்லையா? யனக்க அக்காவ பாக்கணும் போல இருக்கு. அவ வயித்துல கத்திய சொருவி நீளத்துக்கு இழுத்துவிடணும். பனிக்கொடம் பொட்டி வார அந்த... எழவுக்க தலய கடிச்சி முழுங்கீரணும். அவ்வளவுத்துக்கு ஆத்துரமா வரூவ்.

அல்சியன் நீலத்துல சொரப்பிக்கி ஐநூத்தி எம்பத்தேழு கண்ணு ஆறெழு மச்சமும் புள்ளியும். ஒடம்பே பாக்கதுக்கு ரெத்தங் கட்டியிருக்கும். ஒரேயொரு எடத்துல கறுப்பு நெறத்துல பூட்ஸ் காலோட செறிய தடம். எவனாச்சும் சவுட்டுனானா என்ன கத

ஏதுன்னு யனட்ட ஒருபோதும் சொன்னதுல்ல. சொரப்பியா காட்டும் மாறியிருக்கா மாறியிருக்கானு, சீக்ரமா மறஞ்சுரும்னு அடிக்கடி சொல்லுவும் செய்யும். எப்டி வந்துனு கேட்டா அமைதியாகீரும். நெறய பேசதில்ல கேக்கதுல ஒரு மறதி. அந்த மறதில ஒரு ஓய்வு. ரெண்டு பேருமே அதுல தா சேந்தோம்னு நெனக்கேன். முழுங்கி முழுங்கியே தேஞ்சி போன சொரப்பி. எதுக்கு? யனக்கு தெரிஞ்சி அதுக்கு ஒரு ஆரம்பமும் இல்ல இறுதியான முடிவும் இல்ல. உலாத்துர ரகத்துல அதோட ஆன்மா வலிகளால பின்னப்பட்டிருந்து. பாறைய சொறண்டது போல பச தேஞ்ச சல்லட வெரலாவே எயங்காத பாகத்தால யன்ன சும்மாச் சும்மா சொறண்டும். ஏதாச்சும் பேசுச்னா அதுல கேள்விங்க தா அதிகமா ஒலிக்கும். சொரப்பிக்கி எம்மேல எளிமையான அதிகாரம் நெறயவே உண்டு. அதுக்காவ அதோட உயிரயும் வெளயாட்டா பணயம் வைக்க தயங்காதது அல்லாட்டி நடிக்கது. பொய்ய மறைக்க நானா சொல்லேனா? துருத்த ஸ்பான்ஞ் எலும்போடி முதுக பாக்கதுக்கு பூட்ட பிஞ்ச சூர போல இருக்கும்.

அங்கங்க முதுவுல திட்டு திட்டா எண்ணூத்தி நாலு கலரு. வில்லீல அதுக்ககூட உள்ளவங்களும் அத போல தா. அவிய கதைகள கேட்டாலோ, நரம்புல ஊசிய எறக்கி எரியுற சுவாலைல குதிச்சி யன்ன நானே சொழட்டிவிட அதீதமா மனசு முட்டும். அப்போ தா விடுதலைங்க நெனப்பே வரும் போல. அன்போட கொழந்த ஏன் மரணத்தோட தாய்ப்பால சப்பி சப்பி குடிக்கீ? யாரு வாரி எடுத்து அணைக்க வாடுவ்? சொரப்பியோட பெருமூச்சுங்க ஏன் குளுக்கோஸ் போல குளுருவ்? நா ஏன் அதுக்க மூச்ச குடிக்க ஏங்கேன்? பைய பைய மெதக்க பசைக்குள்ள எறககூட ஆட்ட முடியாத அதுக்க மொகம் அத்த சுண்டு போல இருந்த ஓட்ட அடிக்கடி துடிக்கத பல மொற கவனிச்சுருக்கேன். பாறைக்கடில ரெண்டு பேரும் ரவுத்தி காட்ட சமயம் பறக்கதே அறியாம பாத்துட்டுருப்போம். நா சின்னப் பிள்ளயா இருந்தப்ப யன்னை பெத்த தேவிடியாவோட நெஞ்சுமேல பரம வெறீல இருந்தத சொரப்பிட்ட சொல்லீருக்கேன். கழுத்துல தொங்கி ஒறங்கும்போ ஒத்த கையால அவெ நெஞ்ச வெரல் பதிய அழுத்தி அழுத்தி, நோணி நோணி நோணினு யன்னை அறியாமலயே சொல்லி ஒறங்கீருவேன். இத யனக்க ரகசியமாவே வெச்சிருந்தும்

சொரப்பிட்ட சொல்லும்போ அது எதுவும் பேசாமயிருந்து.

நீ சொல்லது போல ஒங்க ஊரு ஒண்ணும் அவ்வளவு மோசமில்லடேணு சொல்லிச்சி. ஒனக்கு நா இப்ப என்ன செய்யணும்? மெசின்கன்னுட்ட நைசா பேசி உள்ள போய் பாக்கணும் அவ்ளவுதானே? பாத்துட்டா போச்சி அதுக்கப்புறமாது நீ சிரிப்பியானு கேட்டு. நா கடசியா சிரிச்சப்போ பைத்தியம் பிடிச்சீனு சொன்னேன். அமைதியாவி வானத்தயே வெறிச்சி நோக்கிச்சு. நேரங் கழிச்சி, சாவுறப்போ மனுசங்க பேசது அர்த்த மில்லாததா தா பொதுவா இருக்கும். நீ தேவயில்லாம கொழம்பிக்கது ஒனக்கு நல்லதுக்கில்லேனு சொன்னதும். எரிச்சல்ல நானோ, அட அறிவுகெட்ட புண்டையே கெழவி செத்த பொறவு தா எனட்ட பேசுனானு எத்தன தடவ சொல்லதுக்குனு கத்துனேன். நாளைக்கி நியாயக் கோயிலுக்கு காரியஸ்தென் வரச் சொல்லீருக்கான். நம்பதுக்கில்ல போனா எப்ப உடுவானுவேணு சொல்லதுகில்லேணேன். திடுக்குட்டாலும் சமாளிச்சி யனக்க கழுத்த அது மடில சாய அழுத்திச்சி. நானும் ஈரப்பசேல அமுங்கி போனேன். மீண்டு, அதுக்க பால் வாசனைக்குள்ள முங்கி மயங்கதா நடிச்சேன். நாடகமா தா பட்டு. அது தாய்மையடஞ்சதா நடிச்சிருக்கும். அந்தமாரி எங்க ரெண்டுபேருக்குள்ளயும் நடக்கத ஏத்துகிட்டத நெனச்சி வெக்கைல நெஞ்சு குமுறிச்சு. ஓன் அக்காவ அந்தளவு நேசிச்சியானு கேட்டதும் அதுக்கு எந்த பதுலும் எம் வாயிலயிருந்து வரல. வரவும் செய்யாது. உயிரோடி எழும்புனா சொல்லணும்னு நெனச்சிருக்கேன். இதெல்லாம், தாவி தப்பக் கூடாத பைத்தியக்காரத் தனம்னு. சிக்கெடுக்க கம்பியால நெஞ்ச குத்த உக்குரதுக்கு யாரலயாவது இந்த ஒலகத்துல, மெரளூற நிர்கதிய ஓங்கி குத்த எத்தனிச்சா அதுக்கு பேரென்ன?

மிம்மிக் கூட்டம் தனக்க அமைப்ப வலுவாக்க மொதல்ல பழய நெலைய முழுசா எழக்க அது அப்பட்டமா வெளியவே தெரிஞ்சுதுனு சொல்லதவிட அது அடித்தளத்த நல்லா கலரடிச்சி காயவுட்டு கமுக்கமா வளந்துனு சொல்லலாம். மத்தவெனுக்க எறப்புக்கு பொறவு இந்தப் பயலுவளுக்கும் பைசா பாக்கணும்ங்க ஆச உண்டாயிட்டு. பழய ஆளுவ பலெர் பிரிஞ்சி போனானுவ. செல்போன் வாங்கதுக்குனு பிரிஞ்சவென் ஏராளம். அதுக்கப்புறம் போக்கிடமில்லாம வந்து சேந்தானுக அது வேற கத. இதுல

என்னேணா சின்ன பயலுவ வரத்து அதிகமாயிட்டு. பழய ஆளுனு செகண்ட் கேண்டா இன்னா இந்த போன அவனுவ தா தந்தானுவ.

ஊருல கையாளுக்கு ஒரு நாளு எண்ணூறு ரூவா சம்பளம். கொத்தனுக்கு ஆயிரம் குடுப்பானுவ. இதுவே கேரளத்துக்குப் போயிட்டா கையாளுக்கே ஆயிர ரூவா கெடைக்கி. கையாளா சேந்து கொத்தனா மாறி எத்தன பேரு சவுதி, சிங்கப்பூர்னு வாழ்க்கேல பொழச்சிட்டானுவ தெரியுமா? பைசாக்க தேவ எப்டியும் ஒரு மனுசன வேலைக்குத் தள்ளிவுட்டுரும். பைசா உண்டுனா போதுமே சமூகத்துல மரியாத தானா கெடைக்குமே. அதுலயும் பாரின்லயிருந்து மண்ட வலிக்க பைசா உண்டாக்கீட்டு இவனூளுக்கு ஒரு பொண்ணு குடுப்பு அவனூளுக்கு ஒரு மாப்ள தேட்டம். பாரின்னா மோளயும் கூட்டீட்டு போவாரானு கேக்கானுவளே கூட்டீட்டுப் போவலேனா கள்ள புருசென் வெச்சுருவாளுவேனு பயத்துலதானே கூட்டிட்டுப் போவ நெனைக்கானுவ. என்னே னாலும் வேல கடினமான வேல அதுல சந்தேகமே வேண்டா. குறுக்கு ஒடஞ்சா குடும்ப கஸ்டம் தீருரதுங்கது என்னமோ உண்மை. செலர பாத்துருக்கேன் காலைல சாப்பாட்டுக்கு ஒரேயொரு கட்டஞ் சாய அடிச்சிட்டு வேல செய்யத.

கண்ராக்கு மாருவ காட்ட படத்துக்கு அவனூளுக்க வாய ஒடைக்கணும். இதுல பொம்பளைளுக்கு ஆம்பளைகள விட சம்பளம் கம்மியா குடுப்பானுவ பலவட்டர கூதி மோனுவ. வீட்டு வார்க்கைக்கு கைல ஒரு கிளவுஸ்கூட தர மாட்டானுவ. இதுல வார்க்க முடிய எறச்சி சாப்பாடு வேற செலருக்கு சாராயமும் போகும். நொங்கெடுத்த வேல இல்லா நெய்ய உருக்கீருவானுவ. ஹீசத்த வித்தே பல கோடிகள் சம்பாதிக்க மிம்மிக் கூட்டதுக்கு ஆளுவள தக்க வெச்சுக்க தெரியாதா என்ன? பின்ன, முந்தியிருந்தத விட இப்போ அலம்பல் அதிகமாயிட்டு. ஒருசேர இன்னொரு கூட்டம் பைசா பாக்க இங்கோடியும் வரத் தானே செய்யுது.

14

தெனமும் ராத்திரி தூக்கமில்லாம வீட்டுக்க பின்னாடி ஆவியா அலையுறப்போ உள்ளுணர்வோட தூண்டல். சம்பவம் தெரியுமா?

கவனிச்சே வாரேன் யன்னை பெத்த புண்டாமக்க செரியில்ல எழும்பவே மாட்டேங்கு. மொனங்க சத்தம் மட்டுங் கேக்கு. அங்கயிருந்து எடுத்து வந்த சாதனங்களால இருக்குமோ? வயசாவோ? யாரு கண்டா...யாரோ யன்னை கவனிக்கதா அடிக்கடி ஓணருறேன். காதுக்குள்ள விசும்பலுங்க கேட்டும் யன்னால எதுவுமே செய்ய முடியல. உரிச்ச நரம்புக யனக்க காலுகள பெணைக்குது. அது தெளிவாவே புரிஞ்சாலும் சரணடயத தவுர வேற வழியேதும் இருக்கதா தெரியல. நகக்கீறலோட தரிப்புல பிய்ஞ்சு ரெத்தம் ஊறுரப்போ நா தாக்கப்படத அறிஞ்சி செயலத்து நிக்கேன். தப்ப கூட எண்ணமில்லாம மீளுவோங்க நம்பிக்க அத்து ஒவ்வொரு அழுத்தத்துலயும் பீச்சியடிக்க குருதி அலை அலையா எழும்ப ராகத்தோடி கலக்குது. ஓ... இதவிட மரணம் நல்லதில்லையா? ஓ... இதவிட கூர்மயான மயிர் தூள்கள யாரால நொகர ஏலும்? இத விட வலிமையான எதுரிய எப்டி உருவாக்கது? இதவிட பயமில்லாத மிருகத்த யாரு வளக்கா?

சலனமில்லாம வேட்டயாடப்படதயும் இருப்பு துண்டாடப் படதயும் அமைதியா சகிக்கவா? இல்ல.. இல்ல... தான் ஊமை யாக்கப்படத தெரிஞ்சி கடைசி ராவுணவுல பிஸ்கட்ட தேனுல முக்கி தின்னவா? இது போர்க்களமில்லையா? நூல இழுக்க இழுக்க மறஞ்சு கெடக்கது என்னதுனு தெரிய வேண்டாமா? அலறலோட அடிக்கோடுல யாருக்க கண்ணீர் தேய்க்கப்பட்டுருக்கு? அந்த உப்பு கோட்ட தொடைக்க எந்த தெய்வதுக்கு சக்தியிருக்கு? சொர சொரப்பான சொவத்துல தேய்ச்சி தேய்ச்சி புண்ணான கன்னத்த சாயமடிக்க கைய்ங்க ஏன் நடுங்கமாட்டேங்கு? வவ்வால்வளுக்க துப்பல தேய்க்கதுக்கு எங்கிருந்து தெம்பு வருது? நெனவிழக்கது வலியோட அங்கமா எப்போ எணஞ்சு? உப்பு படிமத்த கழுத்துலயிருந்து தொடச்சியுட்டா நாக்கு ஏன் மறத்து போவுவ்? தொங்க சதய கழுகுக ஏன் முட்டுது? தீண்டத் துடிக்க ரேகைங்க ஏன் அழுகுது? கறுத்த வெருதுக்க உறுதிய கொலைக்க கருவாட்ட சுட்டு எலிமருந்தோடி பெசஞ்சி உருண்டையாக்கி செறட்டைல வெச்சும் வெருதுக்க வயுறு உப்பலயே. கூண்டுல வாழ பறவைங்க கூவீட்டு நேரத்துக்குத் தின்னுட்டு எவரையோ மகிழ்விக்கதா மங்குன வெளிச்சத்துல தொட பிஞ்சி விழுந்தே யாருக்காது. தொடய அடக்கம் பண்ண தோணிச்சா? சங்கிலியால

தைச்சா மட்டும் தொட இனி பொருந்திருமா?

ஊ...ஊ...ஊ...

ஊளயிட அவசரத்துல இருட்டோடி இருட்டா கலக்க அந்நேருங்க அந்த வெருத பாருங்க. அதோட நெஞ்சும் ஊக்காந்துருக்க நெலயும், சின்ன செதறலுக்கும் எடம் கொடுக்காம எப்டி பாக்குது. கருணய முழுங்காத அதோட கழுத்த வெட்டி ஈட்டில குத்தி, ஈட்டி நனயாம ஆத்துல குளிச்சி, காலடித்தடம் வெயில்ல காயதுக்கு முன்னமே யன் தோல சீவி ஈட்டிய அலங்காரப்படுத்தணும். ம்ம்ம்...யனக்கு குடிக்கணும் மயம குடிக்கணும்...தூங்கணும் நல்லாவே தூங்கணும். சபிச்ச காலங்களையா சொல்லேன்?

கெழவி சீட் அடிச்ச களைப்புல ஒறங்கதா மொதல்ல நெனச்சேன். அக்காவோட அறைல அவ படுத்திருந்தா. மத்தியானம் அவிச்ச சோறயும் சாப்டல. சாய்ங்காலம் எழும்பாதது யன்ன யோசிக்க வெச்சுது. அப்போவும் கெழவிய எழுப்பி நச்சரிக்க மனசில்லாம போயிட்டேன். கெழவி தூங்கதே அரிதான அதிசயம். அவளாவது கொஞ்ச நேரத்துக்கேனும் கெடக்கட்டுமேனு வுட்டுட்டேன். ராத்திரியும் ஆளு எழும்பல; கூப்ட்டுப் பாத்தேன் எந்த பதிலுமில்ல. உலுக்குனேன் எந்த ஒணர்வுமில்ல. மக்குல தண்ணிய புடிச்சி மூஞ்சுல ஊத்துனேன் அசைவில்ல. மூக்க பொத்துனேன் எதிர்பாத்த எவ்வித எதிர்வெனையும் செய்யல. தோளுல தூக்கிட்டு ஆசுத்ரிக்கு ஓடுனேன். பாத்துட்டு பெரயர் பண்ணுங்கனு டாக்டர் சொல்லிட்டு கெளம்பிட்டான். செலவு வைக்காம அடுத்த நாளே கெழவி மரிச்சா. ஒடம்பு வீட்டுக்கு வந்ததும் அக்காவோட கட்டுல வாசலுக்கு இழுத்துப் போட்டு வெள்ள துணிய விரிச்சி கெடத்துனேன். தொப்புள்லயிருந்து கசிஞ்ச ரெத்தம் எங்கைல ஒட்டியிருந்து. லேசாவி பேப்பர் மாரி காத்துக்கும் தாங்காம ஒடம்பு மாறிருமோன்னு பயந்தேன். கைய கழுவீட்டு ஒருதரம் கைய மோந்து பாத்து ஊதுபத்தி, மெழுவத்தி வாங்கி வரட்டும்னு பொறப்பட்டேன். அதுக்குள்ள, ஊர் கூட ஆரம்பிச்சு. முன்ன பின்ன பாத்துருராத யார் யாரெல்லாமோ பப்பக்காய ரெண்டு ரூவாக்கு கொறச்சு கேட்டதுக்கு கத்திய காட்டுன கெழவி உட்பட வந்தாவ. பெட்டி சொல்லீட்டு வரும்போ பெரிய கூட்டமில்ல. கெழவிக்க மேல ஆரம் வெக்கப்பட்டிருந்து.

அழுது பொலம்புன பொம்பளைளு அமைதியாவி சுக்கு

காப்பிய சூடு ஆற ஊதீட்டு இருந்தாவ. வெட்டோத்தியால எல்லோருக்க தலயயும் கீறலாமோனு தோணிச்சி. ஒரு ஸ்டூல இழுத்துக் கட்டில் கிட்ட போட்டு உக்காந்து கெழவிக்க மூஞ்சையே பாத்தேன். அய்யோ எம் அம்மைய அறுத்துக் கொன்னு புட்டாவளேனு ஒருத்தி ஒப்பாரி வெச்சி தரய டம்டம்னு அடிச்சுகிட்டா. யாரும் அவள நிப்பாட்டல. மோனேனு மூக்க உறிஞ்சி எம் மடில தல வெச்சா. கழுத்த புடிச்சு நிதானமா அவள வெலக்கி விட்டேன். அத அவ சுத்தமா எதிர்பாக்கல. வெலக்கி விட்டதும் அமைதியா சுக்கு காப்பிய குடிக்க ஒதுங்கீட்டா. மோனே முடிஞ்ச மட்டுக்கு நல்லா அழூனு ஒருத்தி காதுல கிசுகிசுத்தா. அத நா பொருட்படுத்தல. கெழவியோட மூஞ்சையே பாத்துட்டு இருந்தேன். செலப்போ மூஞ்சு அசைய மாரி தெரிஞ்சி; அப்புறம் பழையது போல ஒறக்கத்தோட ஆழத்துல விழுந்து நிரந்தர நித்திரைய போத்துன சடலமா ஆயிட்டா. அதுயெப்போ நைட்டு தாண்டியிருக்கும்னு நெனைக்கேன், ஆம்பளைளு வெளிய முத்தத்துல நின்னுட்டும் பொம்பளைங்க வீட்டுக்குள்ள மூலைல விழிச்சுட்டும் அனேகம் பேர் ஒறக்க சீணத்துல வழிஞ்சி விழுந்துட்டும் இருந்தாவ. யனக்கு தளர்ச்சையா இருந்து. ஆகாரம் எதுவும் தின்னல. சமயத்துல கெழவி செத்ததுக்காச்சு அக்கா வருவாளானு நெனச்சு பாத்தேன். நெனக்குறதுக்கெல்லாம் அர்த்தமே இல்ல எல்லா ஆசதான். தூக்கம் வராம நானா உருவாக்குன கனவு கொகைக்குள்ள எதிர்பாத்து ஏங்கன சந்தோசமும் நிம்மதியும் நெரம்பி தாலாட்டும். தூக்கத்துல ஒட்டுன சொதந்துரம், முழிச்சதும் நேத்து தீந்து போன கள்ள பண்டத்த தேடதா ஏமாந்து கலைஞ்சு ஓயும்.

ராத்திரி தாண்டீயிருக்கும். தூரத்துல கொலைக்க நாயி கெழவிக்க பேர ஊளயிட்டு கூவ, கெழவிக்க காலு ஆடுனத கவனிச்சேன் கண்ண கசக்கி மறுபடியும் பாத்தேன் கால் ஆடுச்சி. ஸ்டூல நெருக்கமா இழுத்துக் கூர்ந்து கவனிச்சேன். இடுப்புலயிருந்து ரெத்தம் பெருவி கட்டுலுலயிருந்து தரைல ஒழுகிச்சு. சந்தேகமும் மத்தவங்க கொடுக்க நம்பிக்கைகளையும் மீறி யன்னோட ஆர்வமானது களச்சி எலும்பொட்டி போயிருந்து. அந்தக் களைப்பு யன்ன கன்னத்துல கை வெச்சு என்னதான் நடக்குதுங்கத கவனிக்க மட்டுமே வெச்சுது. யாராவது இத கவனிச்சாங்களா? நா கதறுனது

பஞ்சடைஞ்ச செவிகளுக்கு கேட்டுருக்குமா? கெழவி கண் முழிச்சு ரெத்தம் ஊற யன் முன்ன நின்னா. சுண்டு துடிக்க வாய் கோணி முட்டங்கால் போட்டு குளிர்ந்த அவளுக்க கைய தொட்டு முத்தங்கொடுத்தேன். கெழவி கைய ஒதறி ஓங்கி செவளைல ஒண்ணு தந்தா. கண்ணு சொவப்பாவி உப்பு தண்ணி வடியதயும் பொருப்படுத்தாம அவளயே அதிசயமா பாத்தேன். அவ மொகத்த கண்டியேள்னா சவக்களய கெட்டியான சாவோடி வடிகட்டி வெச்சது போல இருந்து. ரெண்டு கண்ணுலயும் உச்சத்துல தொங்க மரண சாந்தத்த பாத்தேன். ரொம்ப நேரத்துக்கு அந்தக் கண்கள பாக்க திராணியத்து தல குனிஞ்சே நின்னேன். ரெத்தத்துல கால் பதிஞ்ச தரையையே வழிகாட்டியா கவனிச்சி ஆரம் உதுர வெள்ள துணிய தூக்கீட்டு அவ பின்னாடியே நடந்தேன். அடுக்களைல பழய துணியால மூடியிருந்த பானைய தொறந்ததும் கருப்பட்டியும் போயிலையோட மணமும் மஞ்ச பூக்களோட வாசத்தோடி கலந்து தலய தூக்கி வுட்டுட்டு. கெழவி லைட்டா மோந்து கைப்பிடி அள்ளி எனட்ட நீட்டுனா.

அவ சொல்லப்போவ உண்மைங்க யன்னை பைத்தியக் காரனாக்கி வாழதுக்கே தகுதியில்லாத மனுச பீயா மாத்ததுக் குள்ள அங்கிருந்து நவுள நெனச்சேன். இல்ல... இல்லேணு சொன்னேன். எதையும் தெரியதுக்கும் அதுக்கு, எதயும் செய்யதுக்கும் வலுவில்லேனேன். கைய நீட்டிட்டே ஒரு வாய் மோனேனு சொன்னா. நெஞ்சுக்க வலிய பொறுத்து ஒருக்கா அங்க ஆடி ஒருக்கா இங்க ஆடி காலு லேசாவி மிச்சமுள்ள சக்தி தலைக்கேறி விழாம நிக்கதே தெரியாம அவ சொல்லத தவிர்கவும் பலமில்லாம ஒரு வாய் வாங்கி சவைக்க ஆரம்பிச்சேன். அவ சொன்னத அப்டியே உங்கள்ட சொல்லுறேன்.

‘பண்டு நூரிலி பொஞ்சாதியோடி ஆத்தங்கர வழியா கழுத மேல செம்புள்ளியும் கரும்புள்ளியும் அடிவாங்கி மூஞ்சு வீங்கி கழுதய கட்டியணச்சே இந்தப் பக்கமா வந்தானே... யாரவா ராபாப்பா தோராமா நீனாநா சூணம்தோடி யல்லோலே. நேசருக்க அன்பும் பராமரிப்பும் அவனுக்குக் கெடைக்கல. ஒருவாய் தண்ணி கூட குடிக்க கொடுக்கல, ஆத்தையே அள்ளி அள்ளி விழுங்குனான். ஒதுங்கி மோளதுக்கும் ஒத்துக்கல. பொஞ்சாதி நா வரண்டு செத்ததும்; ஆக்ரோசத்துல கழுத மேல பொணத்த ஏத்தி ரவுத்தில

நெஞ்ச பொளந்து மலபக்கமா பொதச்சான். வானத்த நோக்கி எக்காளமிட்டான். நாங்க அத கேட்டோம் ஒனக்கு கேக்குதா மோனே? ராகவத் தாந்தாவு ரெல்ல ரெல்லா ஓவே...விடாம கேட்ட கதறல பொறுக்க ஏலாம ஆம்பளைங்க காட்டுக்குள்ள புவுந்து வெட்டிக் கொல்ல போனாவ. உள்ள போனா யாரையும் காணாமே கண்டதெல்லாம் பச்ச நெறத்துல மின்னுன கல்ல தானே. குண்ணைல இடி விழ நெறத்த தெறிச்சீட்டே கதறல கக்குன கல்ல ஒடைக்க மருந்து உருட்டி வெடிக்க பாத்தானுவ. மண்ணுக்குள்ள வளந்துட்டே போனத ஆவேசத்துல புடுங்கி எறிய கைவெச்சானுவ. கருகி செத்தானுவ. பேடி... பேடி மோனே அதுக்கபொறவு கிட்டயே போவல. கல்லு வேருவிட்டு வளந்து அலறலு தானா நின்னு. மூள வெந்து செத்தது ஏராளம். அந்த சாவத்த தா நீ இப்ப அனுபவிக்க... ஹம்மேசர் திம்புலா ரோபுலிக் சில்லா சில்லா வாவே வாவே... ஒனக்கு ஞாபகமிருக்கா பச்ச கல்ல ஆத்துல எறிஞ்சி ஒன் நோய தீத்தானே? அவெனுக்கு எல்லாமே தெரியும். கல்ல வித்து லாரில அனுப்பானுவ, அதுக்க கழிவ பொடியாக்கி போத பொடி தயாரிக்கானுவனு அவனே மொதல்ல கண்டுபுடிச்சான். எச்சரிக்க வந்தான் பொன்னு மக்கா எச்சரிக்க வந்தான். யன்னையும் மீறி மூத்தவ அவங்கூட சேந்துட்டா. யப்பா எம்மோளே எம்மோளே... தம்பீட்ட அத்தனையும் கூறீட்டு நா வாரேன் மோளே நா வாரேன்... சாம்பலாயிட்டாளே எம்மொவ மேலு வெந்து அலறுனாளே... சத வெந்த நாத்தமும் எவனையும் உறுத்தலயா பஸ்துவே... பாட்டில் மூடில தண்ணி குடிச்சி எம்மொவ வாய பொளந்தாளே... இன்னும் முன்னூறு நாளுல அழிஞ்சிரும் மோனே அழிஞ்சி அழுவும் மோனே... தப்பி பொழச்சீரு பொழச்சீரு நீயாது பொழச்சீரு.'

எப்போனு தலசுத்தி மயங்குன ஞாபகம். சொவப்பு சொவப்பா கண்ணு கூசி முழிச்சதும் சுத்தி அயினி மரமா நிக்கி. மொத்த ஊரும் யன் மூஞ்சயே பாக்குவ். காரியஸ்தெனும், பங்கு நாதரும் முன்னாடி நிக்கானுவ.

நட்டுக்குத்தற பலவய நிப்பாட்டி அதுல யன்னைய கெட்டீருந்தாவ. கால அசைக்கவும் தா அதுவே யனக்கே வெளங்குவ்.

காலுக்கடீல ஆளுவ பெட்டிய தூக்கத கண்டேன். மனசு கொந்தளிச்சி எதயம் உள்ளேயே உருவி வயித்தால போனது போல

கரஞ்சேன். பெட்டிய காலுக்க நேரா தூக்குனாவ கெழவிக்க வயிறு யன் காலுல பட்டதும் வெறி ஏறீட்டு. நா பாத்ததெல்லாம் ஒரு துளி ரெத்தத்த தா. மெதுவா மெதுவா உருண்டு மூக்குலயிருந்து வடிய, கீறுன கத்திய பங்கு நாதர் புனித நீரால கழுவி எந்தலைல ஊத்துனான். ஊத்துனதும் நா அமைதியாயிட்டேன். பங்கு நாதர் பாட்டு பாடி செபிச்சதும் கெழவிய பொதச்சி, மண்ண மூடி கயித்த அவுத்து விட்டானுவ. நெத்தில பிளாஸ்ரி ஒட்டி குடிக்க வெள்ளம் குடுத்தானுவ. ஆளுவ வெளைலயிருந்து கலஞ்சி போனாவ. நா அங்கேயே நின்னேன். காரியஸ்தென் கையோடி கூட்டி போவ கூடவே நின்னான். ஒரே ஒருநாள் மட்டுந் தாங்கனு தலைல அடிச்சி சத்தியம் செஞ்சு சொரப்பிய வெளிய தள்ள ஓடுனேன். தப்பிச்சு ஓட வழி இல்லேணி இல்ல யன்னால கூடுனத செஞ்சாவணுமே.

15

நியாயக்கோயில் வாசல் தூணுல சங்கிலியால கட்டப்பட்டுக் கெடந்தேன். கெழவி சொன்னதத் திரும்பத் திரும்ப சொல்லீட்டே ராப்பவலா துக்கத்துல உருண்டு உருண்டு தொண்ட வரள பொலம்புனேன். பைத்தியம் பைத்தியம்னு காது கேக்க சொல்லி காறித் துப்புனாவ. பயந்து பயந்து கோயிலுக்குள்ள போவாவ. காலேல ஆறு மணிக்கி மணியடிச்சதும் குளுத்தி மேலு முழுக்க ஏறி தோலுக்குள்ள புகும்போ எழும்பீருவேன். பூசைக்கி பேய்ங்க முக்காடு போட்டு வரும்போ அந்த நாயும் எம் பக்கதுல வந்துரும். வெயில் ஏற ஏற வேர்த்துப் புளுங்க, அவஸ்தைல கெடப்பேன். சத்தங்க யன்ன இம்சிச்சதும் கண்ண மூடுவேன். எவென் எல்லாமோ வருவான். புது கார் வாங்கீட்டு அத பங்கு நாதர கூப்ட்டு அர்சிக்கவும், பேண்டு வாத்தியங்க மொழங்க கல்யாணமும், பொறந்த கொழந்தைக்கு பொட்டாசீசம் குடுக்கவும், செஞ்ச பாவங்கள நெனச்சி மனம் நொந்து வருந்தவும், காணிக்க போடதுக்கும் ஆளுங்க வந்த வண்ணமா இருப்பாவ. அடங்கா கோவத்துல கண்டமேனிக்கு வர்றவீள கொல வெறியோடி கடிச்சி தின்ன பாய்வேன். தூணோடி கட்டியிருந்த சங்கிலி யன்னோட ஒவ்வொரு அசைவுக்கும் ஓரசி ஓரசி இரும்பு ஓசையால

காயப்படுத்திக் கட்டுப்படுத்தும். இந்த சங்கிலி மட்டும் இல்லேணா எதையும் நியாயப்படுத்த கடினமாயிருக்குமே. காரியஸ்தென் ரெண்டு நாளுக்கு ஒருக்கா மோளதுக்கும் பேலதுக்கும் சங்கிலிய அவுத்து நியாயகோயிலுக்க பின்பக்கமா கூட்டிப்போவான். சொரப்பி இல்லாதனால குத்த வைக்கும் போதும் தின்னும் போதும் வயுறு ஒடம்புக்குள்ளயே கிழியது போல வலிய கொடுக்கும். காரியஸ்தென் இருக்காமில்லா அவென் பேரு பேப்பாண்டவர் கருணயோட வடிவா தெனமும் மூணு வேள சாப்பாடு பொட்டலத்த போட்டுட்டுப் போறதுனால யனக்கு அவன புடிச்சி போவல. ஒட்டுமொத்த கள்ளத்தனத்த தனக்குள்ள வெச்சீட்டு அன்பா நடிக்கதுல தான் நா கவரப்பட்டு மரியாதையா அவென் வரும்போ இருக்க எடம் தெரியாம மௌனமாயிருவேன். காரியஸ்தனுவ அத்தன பேரும் நைசா நாதருக்க குஞ்ச தடவி குடும்பத்த காப்பாத்தானுவ. ஊம்பி பொழைக்கதுல கை தேர்ந்தவனுவ. அந்த நாயும், சொரப்பியும் தான் நா தெனமும் எதிர்நோக்க மனுசெங்க. அது மட்டும் ரெண்டுநாளைக்கி ஒருக்கா தேன் கொழல மென்னு வடிகட்டுன எச்சிச் சாறையும், மிச்சருக்க சாறையும் தன்னையே பிழிஞ்சி ஏகப்பட்ட ஒடம்புலயிருந்து திருடீட்டு வந்த வெற்றிச் செருக்குல சிரிச்சி யம் வாயில ஊத்தும்.

காரியஸ்தென் கண்ணுக்கு மட்டும் இதெல்லாம் எப்டி தெரிஞ்சுதோ....பகல்ல நியாயக்கோயில் கிட்ட சொரப்பிய கண்டாலே தாயோளி அத வெரட்டதுக்கு கம்போட வந்துருவான். போற அத வெரட்டாம யன்னை புடிச்சி அடிப்பான். போதாதுனு கம்பிய பழுக்கக் காய்ச்சி சாத்தானே ஓடு சாத்தானே ஓடுனு எம்மேலு பூரா பங்கு நாதர கூப்ட்டு சூடு வைப்பான்.

சொரப்பி மயிறுலயா மாட்டும். இவனுவ அவ்வளவு சக்தியுள்ள நீதிமானுவேனா பிராந்தி கட முடுக்குல கையேந்த அக்காமாருவளுக்கு ஒவ்வொரு ஊர் பங்குலயே எடம் ஒதுக்கி நியாயக் கோயிலுக்கு சொந்தமான ஆசுத்துரிலயோ, பள்ளிகூடத்துலயோ வேல போட்டு குடுக்கலாமில்லா? மயிறா செய்வானுவ புண்டாமொவனுவ. காம இச்சைக்கு மட்டும் பொறந்த பச்சத் தேவிடியா பயலுவ. வளஞ்ச மக்க வாழ்க்கய நிமித்தி ஓத்துட்டானுவ நூறு வருசமா.

பய மொதல்ல பயந்தான். அப்புறம் பேசிப் பேசி சரி

கட்டீட்டேன்; சீக்கிரமே மெசின்கன் வழியா உள்ள போயிருவேன் நீ கவலபடாதனு சொரப்பி சொல்லிச்சி. அதுக்கு நா எதுவும் சொல்லல. யனக்க கன்னத்துல முத்தங்கொடுத்து போனதே கடைசி. அது அதோட மனசாட்ச்சிக்கி தா செஞ்சுருக்கும் இல்லா? எம்மேல எந்தப் பழியும் இல்லதானே? சொரப்பி சுத்த சுயநலம் புடிச்ச சொரப்பி; கொடல்ல கெடந்தாலும் இதே சீறு வெளிய வந்தாலும் இதே சீறா இருக்கேணி

வாழ்க்கெ வெறுத்து இப்டியாச்சு சாவோம்னு தா செத்தது இல்லையா? அதுக்கு நா என்ன செய்யதுக்கு? இல்ல இல்ல நா தா காரணம். அது அழிஞ்சதுக்கு நானும் மண்ட கழந்த மெசின்கன்னுமே சாட்சி. வலியில்லாம பாடுல்லாம ஒலகத்த நசுக்கி அதுக்க சாற வவுற முட்ட குடிச்சாலும் கொள்ளாம்.

ஓம்புலியேலா ஓம்புலியேலா

இந்த நாதர் தாயோளிங்க நல்லா பாடுவானுவ, பியானோ, கித்தார்னு வாசிச்சி வெள்ள அங்கிய ஒயத்தி ஒயத்தி ஆடுவானுவ. இந்தக் கோமாளி புண்டாமவனுவ தா சமூகத்துல செல்வாக்கு உள்ளவனுவேணு சொன்னா நம்பாதவென் எப்பேர்பட்ட மடச் சுண்ணியா இருப்பானு யோசிக்கேன். இந்த நம்பிக்கையாளருங்க ஆன்மாக்கள பாத்ததில்ல போலிருக்கு. ஆன்மாக்களோடயே ஆன்லைன் பரிவர்த்தன பண்ணவனுவ போல நம்மள்ட்ட வாய் கூசாம கள்ளஞ் சொல்லுவானுவ.

அதான், கலவரத்துல செத்த ஆன்மாக்கள தா சொல்லேன். நல்லா குண்டி பருக்க தின்னுட்டுத் தின்னுட்டுக் கும்புடானுவளே நியாயக்கோயில் முன்பா நியாயம் கேட்டு அனாமத்தா திரிஞ்ச அந்த ஆன்மாக்கள இவனுவ பாக்காம இருக்கதுக்கு வாய்ப்பே இல்லயே. எடம்பெயர்ந்த ஆன்மாக்கள பாத்தேனே. அது பொய்யோ? இல்ல இல்ல அதுலயும் குறிப்பா அந்தச் சின்னப் பிள்ளய இவனுவ கட்டயாலயே அடிச்சி கொன்னானுவளே அந்தப் பிள்ள சூட்கேச தலைல தூக்கீட்டு அதுக்க மேல ஆசையா வளத்த பூச்ச குட்டியயும் வெச்சிட்டே நியாயம் தெறக்க எம் பக்கமா தூணுக்கடில காத்து நின்னாளே. எதுக்காக நிக்கேனு கேட்டேன். அது பேந்த பேந்த முழிச்சுது. சூட்கேச கீழ வைனு சங்கிலி ஒலிக்க சைக காட்டுனேன். கீழ வெச்சுட்டு சிரிச்சுது. நானும் அக்மார்க்கமா சிரிச்சேன். எதுக்கு வந்துருக்கேனு சைகல கேட்டேன். கீழ் ஒதடு

பொழக்க விகாரமா அழுது. எத்தன மொற தூணுல மண்டைய வெச்சு முட்டிருப்பேனு நெனவில்ல. பசிக்குதானு கேட்டு தக்காளி சாதத்த நீட்டுனேன். மல்க மல்க விழிச்சுது. ஒன்ன யாரு இங்க வரச் சொன்னதோனு வெனவுனேன். அதுக்கு எவ்வித பதுலும் தரல. இந்த மதத்தாயோளி மாருவளால கொல்லப்பட்ட அத்துன பேரும் எங்க உயிர தா எங்க உயிர தானு கத்துனா காரியஸ்தென் பேப்டாண்டவர்கூட நின்ன எடத்துலயே பேண்டுருவான். ஆன்மாக்க ஒண்ணும் ஒழுக்கமில்ல பிச்சக்கார எழவுக புல்ல அசைக்கவும் வலுவில்லாததுவ. என்ன, குத்தம் செய்யாத நிரபராதிங்க அவ்ளவு தா வித்தியாசம். இந்த ஆன்மாக்கள வெரட்டதுக்குனே பங்கு நாதர் புனித நீர அடிக்கடி தெளிச்சி விடுவான். போகுற போக்குல சாத்தானின் நிழலிலிருந்து இந்த ஆன்மாவை ரட்சியும்னு யனட்ட சொல்லீட்டும் போவான்.

ஒம்புலியேலா ஒம்புலியேலா அல் அல்

ஓம்...ப்பு....லியேலா

வாரேன்னு சொல்லீட்டுப் போனது பொறவு ஆளயே காணோம். யன்னோட லீபர்குன் சொரப்பியே நீ எங்க போன? நீ என்ன ஆனே?

எப்டியாது இதுலயிருந்து தப்பணும்னு யோசிச்சி அவனுவ தாளத்துக்கே பணிஞ்சு ஆடத் தொடங்குனேன். கடிக்க பாயதில்ல, ஆன்மாக்கள கண்டாலும் காணாதது போல பய பக்தியோடி பிரெசன்ன யோகத்த அருளுர பங்கு நாதருக்க பேச்ச தெய்வகீதமா கேக்கதாட்டு நடிச்சேன். மூணு வாரங் கழிச்சி நாதர் புனித எண்ணெய்ய மூக்குல ஊத்தி ஆசிர்வதிக்க வீட்டுக்கு ஓடோடி வந்தேன். யன்னை பெத்த புண்டாமக்க இந்நேரம் செத்து தொலஞ்சுருக்கும்னு ஆசையா வந்தா ரெண்டு அருவருப்பும் நோயோட தீவிரத்துல வாதம் ஏறுனாப்புல ரூம்ல கெடந்தத கண்டு சந்தோஷம் அதிகமாகீட்டு. வேணும் வேணும்னு அதுங்க காதுல முணுமுணுத்துட்டு. குளிக்கக்கூட இல்லாம உடுப்ப மாத்தி யனக்க சொரப்பிய தேடி போனேன். பிராந்தி கடேலயும், ரவுத்தி காட்டு பக்கமாவும் அலைஞ்சு பாத்தேன் ஒண்ணும் ஒப்பேரல. அதுக்க கூட்டுக்கார சொரப்பிகள்ட கேட்டா என்னேனு, அதுவ தங்க எடங்களுக்கு கட்டுக் கம்பி வாங்கி, கம்பியோட மொனைல சின்ன பஞ்ச ரப்பர் பேண்ட் போட்டு கெட்டி, தொண்டைக்குள்ள வுட்டு தொழவி விசாரிச்சேன். பஞ்சு உள்ள விழுந்து. வாந்தியெடுக்கும்போ

மஞ்ச தண்ணியோட வெளிய தெறிச்சி. ரெண்டு அக்காமாருள்டயும் போய் சொரப்பி வாரதா சொல்லிச்சி. அதான் ஆள காணலியே தேடுறேன்னு கரஞ்சு கரஞ்சு சொன்னேன். எங்க போய் மாட்டுச்சோ எங்க போனாலும் அது பொழச்சுரும் கவலப்படாதனு சிரிப்ப அடக்கிட்டே ஒருத்தி தேத்துனா. நம்பிக்கையில்ல நேரா மெசின்கன்ன பாக்க பாலத்துக்கு கெளம்பீட்டேன். அந்தப் பய உருக்கொலஞ்சு போயிருந்தான். பதுனோரு வயசு பையன்னும் பாக்காம அவென மென்டால் ஆக்கிட்டானுவளே.

16

'நூறு, தொண்ணுத்தொம்பது, தொண்ணுத்தெட்டு, தொண்ணுத் தெட்டு தொண்ணுத்தேழு....'

'லே..சொரப்பிய கண்டியா?'

'தொண்ணுத்தாறு...தொண்ணுத்தாறு, தொண்ணுத்தஞ்சு எப்பாடா தொண்ணுத்தாறு...ஆ...ஆ...ஆ..'

'லே மக்களே மண்ட நோவும்ல கொட்டாத என்னாச்சி ஒனக்கு? எவென் ஒனக்கு மொட்ட அடிச்சது?'

'சீ சீ தொண்ணுத்தினாலு தொண்ணுத்தி மூணு தொண்ணுத்தி ரெண்டு'

'மக்களே என்ன ஆச்சு மக்களே'

'தொண்ணுத்தி ஒண்ணு, தொண்ணுத்தி ஒண்ணு இத புடிச்சே வெச்சுக்க'

'எத ல?'

'சொரப்பி சொரப்பி போன் பண்ணட்டுமா?'

'ஒனட்ட ஏது போனு? செருப்ப கீழ போடுல அத யான் காதுல வெக்கா?'

'எடு எடு நேரமாவு'

'எத எடுக்கதுக்கு?'

'சொல்லீரு இல்லேனா குருட்டுக் கொம்மைய சுட்டு கொன்னுப் புடுவேன்'

'மோனே யனக்கு எதுவும் புரியலை'

'தொண்ணுத்தி ஏழா? தொண்ணூத்தி எட்டா?'

'தொண்ணுத்தி ஒண்ணுல ஞாபகப்படுத்தி சொல்லு வெளை யாடாத'

'தொண்ணுத்தி ஒண்ணு, தொண்ணூறு, எம்பத்தி ஒம்பது'

'தள்ளய தின்ன பயலே உன்ன எவன்ல இப்டி ஆக்குனான்?'

'தொடாத தொடாத நா செத்துருவேன்'

'பெயராத பெயராத'

'ம் எம்பத்தி எட்டு, எம்பத்தி ஏழு...ஆ... அம்மைய பாக்கணும் கூட்டீ போவிளா?'

'வா...போவோம் எழும்பு'

'எம்பத்தி ஏழு எம்பத்தி ஆறு...எம்பத்தி ஆறு இத புடி எம்பத்தி ஆறு எனா?'

'ஓமப்பொடி முட்டாயி வேண்டி தாடே'

'ஒன்ன வீட்டுக்கு கொண்டு உட்டதும் வாங்கி தாரேன்'

'எங்க எடு எடு சீக்கிரம் எடு இல்லேனா நா செத்தேன்'

'இரு இரு எம்பத்தி ஆறு'

'எம்பத்தி ஆறு, எம்பத்தி அஞ்சு, எம்பத்தி நாலு'

'உன்ன என்ன தா செஞ்சானுவ? பொன்னு மக்கா சொல்லு'

'எம்பத்தி மூணு எம்பத்தி மூணு எம்பத்தி ரெண்டு'

'சொரப்பிய கொன்னுட்டானவளோ?'

'எம்பத்தி ஒண்ணு எழுவத்தி ஒம்பது...தப்பு தப்பு எம்பது'

'புண்டாமக்க'

'எழுவெத்தி ஒம்பது எழுவெத்தி எட்டு எழுவெத்தி ஆறு'

'எண்ணத விட்டு பேசுடே ஏதாது பிளீஸ்'

'எழுவெத்தி அஞ்சு எழுவெத்தி நாலு எழுவெத்தி மூணு'

'இங்க பாரு யன்ன பாரு குனியாத யன்ன பாரு, குனியாதல யன் மொவத்த பாரு'

'எழுவெத்தி ரெண்டு எழுவெத்தி ஒண்ணு அறுவது... அறுவதா? தப்பு அறுவத்தி ஒம்பது'

‘அது ஒருமாரி இருக்குமே? உன்ன தேடி வந்தா? நீ வழக்கம் போல அங்க வெளிய நிக்கவனுவளுட்டயிருந்து பிராந்தி குப்பி வாங்குனியா? சொரப்பி உங்கூட வந்துதா?’

‘அறுவத்தி எட்டு அறுவத்தி ஏழு அறுவத்தி அஞ்சு... பசிக்கு’

‘மீன்கறி ஏதும் கெடக்கும் யன் வீட்டுக்கு வந்து தின்னுட்டு போறியா?’

‘அறுவத்தி நாலு அறுவத்தி மூணு அறுவத்தி ஒண்ணு’

‘கைல காயம் எப்டி பட்டுச்சோ?’

‘அறுவது அம்பத்தி எட்டு...ஆங் மீன் கறி வேணும் பொறிச்ச சாள மீனு வேணும்’

‘சாள கெடக்காது’

‘அம்பத்தி ஒம்பது இல்ல ஆமா அம்பத்தி ஒம்போது அம்பத்தி எட்டு அம்பத்தி ஏழு’

‘இந்தா டயர் தடத்த பாத்தியா, அந்த முக்குல வண்டி சில்லு கெடக்கு பாத்து சாடிராத பாத்து கிராஸ் பண்ணனும்’

‘அம்பத்தி ஆறு அம்பத்தி ஏழு ஐயோ அம்பத்தி அஞ்சு... இத புடிச்சுக்க’

‘ நில்லு நில்லு அவேன் போட்டுல’

‘கைய வுடு கைய வுடு இல்லேனா செத்துருவேன்’

‘ சாவது ரெண்டாவது சாவலாம் நீ வா’

‘அம்பத்தி எத்தன?’

‘அம்பத்தி நாலு’

‘அம்பத்தி நாலு அம்பத்தி மூணு அம்பத்தி ரெண்டு மறந்து மறந்து போவு அமபத்தி எத்தன?’

‘ நடிக்காத அம்பத்தி ஒண்ணு’

‘நாப்பத்தி ஒம்பது நாப்பத்தி இல்ல அம்பது ஹா ஹா’

‘நல்லா தானல இருந்த அம்ம எங்க? வீட்டுல தானா கூட்டீட்டு வரணுமா?’

‘நாப்பத்தி ஒம்பது நாப்பத்தி எட்டு நாப்பத்தி ஏழு’

‘ எவ்வளவு தூரம் இழுக்கும்னு தெரியல மக்கா’

‘நாப்பத்தி ஆறு நாப்பத்தி அஞ்சு நாப்பத்தி நாலு’

'இரு இரு நா காட்டி தாரேன்'
'யார? யென் சொரப்பியவா?'
'நாப்பத்தி எத்தன?'
'நாப்பத்தி நாலு'
'நாப்பத்தி நாலா நாப்பத்தி மூணா நாப்பத்தி ரெண்டா'
'யனட்டயா கேக்க செணம் நட'
'நாப்பத்தி ஒண்ணு முப்பத்தி ஒண்ணு இல்ல யன்ன கொன்னுராத'
'நாப்பது நாப்பது'
'நாப்பது முப்பத்தி ஒம்பது மும்பத்தி எட்டு முப்பத்தி ஏழு'
'மேல என்னத்த பாக்க?'
'முப்பத்தி ஆறு முப்பத்தி அஞ்சு முப்பத்தி நாலு'
'லே நட சீவன் போவுது'
'இழுக்காத இழுக்காத'
'செரி செரி மெதுவாவே வா முப்பத்தி மூணு'
'முப்பத்தி மூணு முப்பத்தி ரெண்டு முப்பத்தி ஒண்ணு'
'லே'
'முப்பத்தி ஒண்ணு முப்பத்தி ஒண்ணு முப்பத்தி ஒண்ணு'
'முப்பது டே'
'முப்பது ஆங் இருவத்தி ஒம்பது இருவத்தி எட்டு கரெக்டா? கரெக்டா?'
'கடசியா எங்க போன? யார பாத்த? அத மட்டுஞ் சொல்லு'
'இருவத்தி ஏழு இருவத்தி ஆறு இருவத்தி அஞ்சு'
'மொதல்ல சொல்லீட்டு அடுத்து சோறு தின்னலாம் சரியா?'
'இருவத்தி நாலு இருவத்தி மூணு இருவத்தி ரெண்டு'
'ஒதுங்கு ஒதுங்கு வண்டிக்காரன் போட்டு'
'இருவத்தி ஒண்ணு பசிக்கி பசிக்கி'
'நீ வாடே அந்த நாயளுக்க பங்கு மீனயும் தாரேன்'
'எங்க போச்சு எடு எடு'
'பத்தொம்பது'

'பத்தொம்பது பதினெட்டு பதினேழு'

'ஓய்! தூரமா பாத்து போணும் ஆளில்லாம வெளிய வரப்புடாது'

'இல்ல இல்ல இங்க தா சும்மா தா தம்பிகூட'

'லே ஆத்துகிட்ட நிக்காத ஏற்கனவே கர இடிஞ்சு கெடக்கு'

'பதினஞ்சு பதிநாலு பதிமூணு'

'இங்கோடி நட'

'பனிரெண்டு பதினொண்ணு மறந்து மறந்து'

'பத்தா? ஓம்பதா? பத்து பத்து'

'பத்து ஒம்பது எட்டு'

'நின்னுக்க எழவு கொண்டிய தெறக்கட்டு'

'ஏழு...சீக்கிரம் சீக்கிரம் ஆறு அஞ்சு'

'உள்ள வா'

'நாலு முணு ரெண்டு ஒண்ணு ஹே! ஹே!'

'மொதல்ல சொல்லு யனக்க லீபர்குன் சொரப்பிய எப்போ பாத்த?'

'நூறு தொண்ணுத்தொம்பது தொண்ணுத்தி எட்டு'

'புண்டச்சிக்க மோனே கொன்னு ஆத்துல எரிஞ்சுருவேன் உள்ளத சொல்லீரு'

'தலய உலுக்காத, தலய உலுக்காத இனியும் உலுக்குனா நா செத்துருவேன்'

'என்னது?'

'மறந்து மறந்து மறந்து'

'தொண்ணுத்தேழு'

'ஆ...தொண்ணுத்தேழு தொண்ணுத்தாறு தொண்ணுத்தி அஞ்சு'

'பின்னாடி போவாத ஓலைக்கெடைல அரணா கெடக்கும் பொன்னு மோனே ஒன் தலய யாரு உலுக்குனது?'

'தொண்ணுத்தி நாலு தொண்ணுத்தி மூணு தொண்ணுத்தி ரெண்டு'

'அது என்னத்த எதுக்க வேரு இப்டி இருக்கு அது யாருக்க கண்ணாடி ஜாரு உள்ள என்ன வண்டா? சொல்லுல?'

'தொண்ணுத்தி ஒண்ணு...தொண்ணுத்தி...தொண்ணுத்தி...'

'சொறி மேலயா போறீய? கேக்கல, இவன வீட்ல ஒண்ணு

விட்டுருங்களாம் குருடி தேடுவா'

'தொண்ணுத்தி...தொண்ணுத்தி'

'மெசினே தொண்ணூறு தொண்ணூறு'

'தொண்ணூறு எம்பத்தி ஏழு பசிக்கி பசிக்கி'

'அவருக்க கூட போ குருடி வெச்சுருப்பா; தின்னுட்டு கெடந்து தூங்குல நாளைக்கு வாரேன்.'

17

மைக்ரோ துவாரம் வழியா அந்தரத்துல தொங்க சதுர மல மொதல்ல மலயாவே தெரியாது. ஒட்டுண்ணியோட பெருத்த ஒடம்புபோல நெளியும். சொவப்புல வளஞ்சு வளஞ்சு நெளிய புழுக்கள ஒத்து இந்த மரங்களும் அதுவளோட தமயன்மாருவளும் நம்மள தீண்ட விடாம தடுக்க வெள்ளத்த எப்டியேனும் கிழிக்கலாம்னா அது வலுவுள்ளவீளுக்கும் சவாலு தா. நிர்ப்பந்திச்சி இத உருவாக்க மனதைரியம் ஏதோ ஒரு விபத்துனு அதுக்கான குறிக்கோள ஒதுக்கி வெக்கதே நல்லது.

இன்னும் தீவிரமா தெறந்தா மூடிக்க மர்மங்கள நொறுக்க இதுக்குனே தயாரிச்ச கருவி எதையும், யாராலயும் பயன்படுத்த ஏன் பார்வையிடவும் அனுமதியில்ல. கொல பாதகங்களோட பரிமாணமா சக்க கொட்ட இருக்கு. அத அவிச்சி திங்கப்ப கயக்குவ். பத்துல ஒண்ணு இனிச்சா திரும்பத் திரும்ப சுத்துர இந்த மலயும் காடும் எப்பேர்பட்ட மௌனத்த ஊதி வெளிய தள்ளுதுனு புரியவரும். இதுக்க முன்னாடியும் இதுக்கப்பொறவும் நெலைல தொங்க ஏணியானது யாருக்கும் ஏன் கொழந்தைளுக்கும் பயனில்லாம தா மெதக்கும்.

வத்துன மாமிசத்த கடிச்சி கடிச்சி தின்னாச்சி. மீதியுள்ள தெல்லாம் பல்லுக்கெடைல மாட்டீட்டு. அது மாமிசமும் இல்ல நரகலும் இல்ல. இந்த ஒலகத்துக்கு அது எடஞ்ஞலும் இல்ல. ஒட்டுமொத்த பருப்பும் மொட்டுவிட்டு, பொட்டி பிசினா தெறிக்கப்ப இது சாப்பாடு பத்துன விசயமே இல்லேங்கத தாண்'டி, வழக்கமா மூளைக்க நரம்புக ஸ்தம்பிச்சி எவ்வித அசைவில்லாம

நிக்கும். மொகமே எல்லாத்தையும் காட்டிக் கொடுத்துரும். அழகுகள் வெந்து கொழஞ்சி அதிர்ச்சியானது நடுக்கத்துக்கு வழிவகுக்கும். சகிக்கக்கொள்ளாத இந்த மொகத்துக்கு மொகமூடி செய்ய எத்தன மருந்துவ! சந்தேல வழிஞ்ச பீய பிசாசுக்கு அள்ளி கொடுத்து வலுக்கட்டாயமா வாயில திணிச்சு பெருமிதத்துல கத்துறப்போ மிருகங்க எல்லாம் செத்துப் போயிட்டு. கோழியோட கொண்ட நரியோட மூளைய குத்த அணிலோட வெசம் ஓணானுக்கு ஏறீட்டு. திரும்பத் திரும்ப அதே காட்சிங்க, திரும்பத் திரும்ப அதே கதைங்க எதுலயும் எந்த வித்யாசமும் இல்ல ஆனா, இன்னும் இன்னும் மூழ்கி தன்னில மறக்கதுக்கான வழித்தடத்துல மாட்டீட்டு நாளென்ன ஆச்சு? எக்காளம் மொழங்குனதும் வெதக்கொட்ட வெடிச்சூரூவ். பூமிக்கி நியாயம் பொறக்கப்போ தசக் கூழா மாறுற மிருகங்க கெட்டிப்போய் ஒறஞ்சுருது. மீதமுள்ள மிருகத்தனங்க மேல சைரன் பொருத்தப்பட்டுருக்கத ஆபர் தீர்றதுக்குள்ள கண்ணுல காண சகிக்காத இருட்டு மறச்சுரும். வெரல்ல ஊக்க வெச்சு குத்துனாலும் ஒறைப்பே இல்ல. தோல அரிஞ்சி போட்டாலும் மங்குற நெலவரம் எதையும் வெளிக் காட்டாது. வாழ்க்கையோட மர்மங்ளையும் அசைவுகளையும் அறவே வெறுக்கேன். ஏகப்பட்ட கொரல்கள் சதைய புடிச்சி அதள பாதாளத்துக்கு இழுக்கூவ். இதெல்லாம் நார்மல் தா. நா ஏன் எனக்கு மட்டும் ஸ்பெஷல் தீர்கதரிசனம் கெடைக்குதுனு பொலம்பேன். இந்தக் காடு ரவுத்தி காடில்ல ரவுத்தி காடேயில்ல அது தெரச்ச காடு. கடலுக்குள்ள நெலம் கெடந்தப்ப தெரச்ச மீனெல்லாம் சேந்து வத்துனப்போ மரங்களுக்க கெளைகள்ல உக்காந்து ஜீவன மரங்க ளோடி கலந்து அழிவுலயிருந்து தன்ன தற்காத்துகிட்டு. மரங்க போல தெரச்ச மீன். தெரச்ச மீன் போல மரங்க கணக்கொண்ணுதான்.

அவென் வவுறு முட்ட தின்னான். அவென் அரிக்க பசில வாடுனான். அவென் ஏங்குனான். அவென் தொறந்த மனுசெனா பொறந்துட்டான். அவென் எறக்கல. அவென் வாழல. அவென் அவளோட நிர்வாணத்த கற்பன பண்ணான். ஜாக்கெட்டயும் மீறி பிராக்குள்ள அவளோட மொலய கற்பன பண்ணான். அவென் கற்பனயே பண்ணல. அதுக்கான தேவையும் அவெனுக்கு ஏற்படல. அவ தயாரா அவனுக்காக காத்திருந்தா. வேட்கைக்கு அவனா அர்ப்பணிச்ச காச வீசி எறிஞ்சான். அவனோட ரப்பர்

உருக்குன கறகாசுல ஒட்டியிருந்து. அவென் சுத்தி நடக்கத கவனிச்சான். அவென் எதையுமே கவனிக்கல. மொலைய பெசஞ்சி அமுக்குனான். அவென் அவ சொல்லத போல செஞ்சான். அவ உண்ணிய மென்மையா வருடுனான். அவென் அடிமயாயிட்டான். அவென் அவள அடிமயாக்கிட்டான். அவளுக்கு வலிச்சுது, அவளுக்கு வலிக்கல. அவ சொகத்துல மூச்ச எறக்கிவுட்டா. அவென் அவசரப்பட்டான். அவென் அவசரப்படாம எதிர் நோக்குதலோட தூண்டுதல்ல மெய்மறந்துட்டான். அவ அழுதா அவ புழுங்குனா அவளுக்கு வேர்வையும் ஓங்களிக்க நிறுத்த கெஞ்சுனா. அவென் நிறுத்துனான், அவென் நிறுத்தல. நூறு முற்பகலுக்கு முந்தி அவென் அவளுக்காக எதையும் செய்வான் இனியும் செய்வான். அவென் மிருகம், அவென் மிருகமில்ல. அவென் மிருகம், அவென் மிருகமில்ல. அவ பதுலுக்காக காத்திருக்கல எழும்பிப் போயிட்டா.

இந்தக் காட்டுகுட்டி மெசின்கன் இருக்காமில்லா அவென் இப்போ ஆசுத்திரில வேல பாக்கான். லிப்டுல உக்காந்துட்டே ஏறுறவங்க சொல்ல மாடிக்க நம்பர அழுத்தணும். போர் அடிக்க இந்த வேலய ராப்பகலா இருந்து பண்ணுவான் போல. நம்பர்களோட நெருக்கமா இல்லேணா எப்போவோ பய செத்துருப்பான். அதிக நாளைக்கெல்லாம் இல்ல இன்னா நேரம் பறந்துரும்.

ஒரு சந்தேகம் அதுவும் இந்த ஆசுத்துரீனு சொன்னதுனால ஞாபகத்துக்கு வந்து. தலைசிறந்த அப்புறம் நாடே வியக்குற அப்புறம் முதல் தரம்னு வாயடிக்க சொன்னாலும் உண்மை யிலேயே மெரட்டி ஒருத்திய ஒக்கவனுக்கும் குத்தி கொன்னு போட்டு பொணத்த ஒக்கவனுக்கும் எடைல நின்னுட்டு அதுக்கு இது பரவாயில்லனு சமானப்பட்டு மறந்துபோயிர்றேன்? ஏன் தியாகம் மேல அப்டியொரு காழ்ப்புணர்ச்சினு யனக்கே தெரியல. விடுதல பிசாசுக்க கழியாட்டம். பேசாம செத்துப் போயிரலாமா கண்ண மூடீ கறுப்பு காம்பவுண்டல உயிர சாய்ச்சாலும் கொள்ளாம். விசயம் என்னேணா கண்ண அடச்சதும் பதறீருரேன். நோக்கமில்ல லெட்சியமில்ல வெத்துக் கனவு, அடுத்த நாளே மறந்துபோவ வெத்துக் கனவு. இந்தப் பாசம் இருக்கில்லையா மோசமான சாதனமாக்கும் தியாகங்க பேருல நழுவீராம இறுக்கி யன்னை சாயாம கட்டீருது.

செரி அது போட்டு இப்போ கெளம்ப அண்ணு மெசின்கன்னயும் அவனுக்க தள்ளயயும் தூக்கிட்டுப் போணுமா இல்ல, பிட்டலு வம்படியா இழுத்தாலும் மனுசென் வரமாட்டாரே. இந்த குண்ணைகள தூக்கி கெட்டி போட்டுரலாம் அவிள தா என்ன செய்யதுக்குனு தெரியல. ஹார்ட்டுக்க கொழாய்ல ஏதோ பெரச்சன வாயிலயிருந்து ரெத்தமா வந்துட்டு இருந்தத கவனிச்சாளில்ல. யாரோ பாத்து குருடீட்ட கேட்டதுக்கு பேரக்கா தின்னப்போ பல்லுல குத்தி ரெத்தம் வருதோனு நெனச்சுருக்கா. ஈக்கில விக்க சந்தைக்கி போனப்ப மூச்சுவிட தெணறுனத கண்டு ஆசுத்துரிக்கு கூட்டிட்டுப் போனா; குருடிக்க நெஞ்ச கீறதுக்கு பைசா கெடையாதுனு தெரிய வந்து. அவள ஒரு வீடியோ எடுத்து போட்டுருந்தானுவேனா ஏதும் ரொக்கம் கிட்ட பாத்து. பயல வெச்சுட்டு குருடி என்ன செய்வா? சேமிப்புமில்ல யோசிப்புமில்ல. அதுவொரு போக்குல போனா. இருவத்தி எட்டு வருசத்துக்க முந்தி புருசென் அவள விட்டுட்டு எங்க ஓடிப்போனானோ ஆள் அட்ரஸ் இல்ல. ஒத்து தீத்துட்டாமில்லா இனி எதுக்கு குருட்டுக் கூதிட்டணியா இல்ல சைடுல ஏதோ கள்ள ஓழுல இருந்தானா யாருக்குத் தெரியும்? பின்ன, குருடி நம்மிள்ட்ட பாசமா நடந்துப்பா. அதுக்குதான அவள கூட்டீட்டு போணுங்கேன் வருவாளோ என்னவோ செற மயிறா இருக்கு. மிகுதியான சோர்வும், தற்கொலை களிப்பும் ஆஹா! அதானே புரட்சி! புடுச்சு ஊம்புன புரட்சி. அனுபவீணு நம்ம தலைல கெட்டீட்டுப் போயிட்டா நாய்க்கி பொறந்த கெழவி. வெதையும் விருட்சத்துக்க ஓலையும்.

சாவது வர இங்கயே இருந்துட்டா எவ்ளவு நல்லாயிருக்கும்? உயிரோடி பொறந்தோம் விட்டுவைக்காம எல்லாத்தையும் எடுத்துட்டு தா கெளம்போம். பனிகாலத்துல மெதந்து போற மாக்கானுக்க நொற உட்பட அத்தனையும் எடுத்துட்டு தா கெளம்போம். பேகுக்குள்ள குத்தி அமுக்கி கொண்டுபோவ எண்ணிலடங்கா பொருளுவ. தேவயே இல்லாட்டியும் எடுத்துட்டே போவணும். போய் சேர எடத்துல என்ன தேவப்படும்னு தெரியாதே. ஆளுவ மயம வந்தா ஆத்தயும் தூக்கிட்டே போவணும். வேடிக்க பாக்குறவீள்ட்ட ஒங்க சொப்பனத்துல நா என்னவா வாரேன்னு கேக்கணும். சேந்து பயணிக்கவியட்ட இன்னும் நேரம் இருக்கானு கேக்கணும். ஏதும் பாவம் செஞ்சுருந்தா பரிகாரத்த

பண்ணனும். மறுமய கோடானு கோடி கற்பனைகளால அசுத்தப் படுத்தணும். இதவிட அழகான, இதவிட சமத்துவமான, இதவிட எளிமையான, இதவிட இலகுவான ஊருக்குள்ள குடியேறணும். ஆயுதங்கள அனுமதிக்காத கொழந்தேள தத்தெடுத்து வளக்கணும். கனவுக்கு மங்குன பெயிண்ட் அடிச்சா தா இதெல்லாம் சரியாவும். பெட்டி பெட்டியா குடில் அமச்சி வருடக்கணக்கா தூக்கணும். சே...சே...என்னதிது கெட்ட மீன் நாத்தம். பாம்பு குட்டி போட்டிச்சோ? இல்ல இல்ல தொழிக்க வாட இது. தண்ணிய நிறுத்தீட்டானுவனு நெனக்கேன். மீனு கிட்டுமோ? முட்டளவு தண்ணில வலய போட்டு ஸ்லோபியா, கைலினு புடிப்பானுவ. இந்தக் கள்ள மீனுவ கருங்கல் கட்டுக்க எடைல போய் ஒளிஞ்சுக்கும். கையவுட்டு புடிச்சா செலப்போ பாம்பும் மாட்டும். ஆத்த அழஞ்சி போடதால நாத்தம் சகிக்காது. ஓடப்போ மாட்டு கொடல்லயிருந்து டீயுப்லைட் வர நாத்தமெடுக்காம மெதந்து ஓடீரும். தண்ணி வத்துனா மொத்த நாத்தமும் மூக்குல அடிக்கும். ஆறு எப்பவுமே முன்நோக்கி ஓடாது அது பின்னோக்கியே பயணிக்கி.

லே குண்டப்பா ஒன்ன பாத்தாலே பொறாமயா வரூவ். நீ நல்லா செழிப்பா இருக்கதாட்டு யதுக்கு காட்டா? உங்கொப்பன போல தா நீனு சொன்னானோ அவென். அவன போட்டு சுடு. நீயும் ஓங்கொப்பனும் ஊம்பதுக்குகூட லாயக்கில்ல. பம்மாத இங்க வாடே வந்து, பக்கெட்ட காட்டு. பரவாயில்லயே சாருக்கு நெறைய கெடச்சுருக்கே. யனக்கு ஒண்ணு தாறியா? சின்னது போதும். ஓஹோ போ புண்டச்சிக்க மோனே பெரிய மீனு இவுரு தராட்டி நாங்க தின்னுரமாட்டோம். கல்லடிச்சு மூஞ்ச ஒடச்சுருவேன் ஓடுல.

நமக்கு வேல கெடக்கு. செத்துப்போன மந்துரவாதி இருக்காமில்லா அவனுக்க கோயிலுக்கு நேத்து போனேன். சின்ன வயசுல கெழவி அந்த கரைக்கு எங்கள போவவே விட மாட்டா. புளுத்து செத்த மந்துரவாதி பழய கபடி பிளேயராக்கும். ஒழுங்கா இருந்துருந்தானா இப்போ போலீஸ்ல பெரிய போஸ்டிங்ல போயிருப்பான். தெனமும் குடிச்சுட்டு வெகளம் நடக்கும். ஒரு கட்டத்துல புள்ளயும் கொண்டு அவா கெளம்பீட்டா. தனியனா இருந்தவென கும்ட வார ஒருத்திய வெச்சுக்கிட்டான். அவ மூலமா நெறைய ஆட்கள் இவன்ட வருவாவ. பொறவு

அவளும் போயிட்டா. செத்த பொறவு வீடு அப்டியே கெடக்கு. பொண்டாட்டி ஒண்ணும் வர்றதில்ல. நேத்து ராத்திரி அங்க போய் ஒண்ணுரெண்டு கத்திகள திருடீட்டு வந்தேன். இந்தக் கத்திகள தீட்டவே வேண்டாம் தொட்டாலே வெரல கீறிரும். இத வெச்சி ஒரு காரியத்த செய்யணும் செஞ்சதுக்கப்புறம் ரெண்டு நாள் கழிச்சி எல்லோருமா எடத்த காலி பண்ணீரலாம்.

ஒரு ஸ்பூன் ஹீசத்த வெந்நீல கரியோட கலந்து அதக் குடிச்சி நா படுத்துருவேன். எல்லாத்தையும் நீங்க தா பண்ணனும். ஆசுத்திரி போனா எல்லா செரிபட்டு வராது. இத செஞ்சியே ஆவணும் சமரசத்துக்கு எடமே இல்ல புரியுதா? உயிருக்கு ஒண்ணும் ஆவாது. நா சொன்னது போல செஞ்சா ஒரு மணி நேரத்துல வேல முடியும். அவளுவள கூப்டா கரெக்டா முடியும்தா. ஆனா யனக்கு அந்த வழில போக விருப்பமில்ல. இதுல பயப்பட என்னத்த இருக்கு? இப்போ போனுலயே எல்லாத்தையும் பண்ணீரலாமே நம்மள்ட சாதனம் உண்டுனு ஆச்சு அப்புறம் ஏன்? அதுல காட்டதுபோல செஞ்சா மதி. கக்கூஸ்ல கெடக்க பல்ப உள்ள மாட்டீருக்கேன். தொடைக்க பஞ்சும் இருக்கு. என்னது தைரியம் பத்தலயா? இதுக்கு தைரியம் தேவயேயில்ல. யன்னை, நா சொல்லத கொஞ்சோண்டாச்சும் நம்புறீங்கனா இத யனக்கு நீங்க பண்ணியே ஆவணும். கைநடுக்கத்துக்கு வேணா குவாட்டர் வாங்கி தாரேன்.

18

இதவிட அருமையான ஒலகத்துக்கு போறதுங்கது இனப்பெருக்கம் செய்ய இல்ல நிம்மதியா மூச்சு விடக்கு தான். பின்ன அவனுவ சொல்லது போல கொறஞ்சது ரெண்டு வாரமாச்சும் படுக்கைல கெடக்கணும் அதுக்கு யனக்கு நேரமில்லையே. உள்ள வாங்க நெறய ஆசுத்துரி இப்டி தா கெடக்கு இன்னா எல்லா அப்போவே ஒதுக்கி வெச்சுருக்கேன். அங்க போவாண்டாம் இங்க வாங்க. மூஞ்ச திருப்பி எதுக்கு? கூச்சத்த இண்ணே போக்கீருங்க ஒங்களுக்கு ஒரு லிங் அனுப்பீருக்கேன். அத பொறவு பாத்துகிடுங்க. வெத கொட்ட நல்லா தாந்து கெடக்கு இல்லியா? இன்னா இப்டி வவுத்தோடி இத ஒட்டி வெச்சுருப்பேன். கரெக்டா இத புடிச்சி

மார்கரால கோடு போட்டுருங்க இறுத்தி புடிக்கணும் செரியா? இந்தக் கத்திய வெச்சு கோடு மேல வெள்ள சத தெரிய கணக்கா கீறிருங்க. வெரலால அமுக்கி அட்சஸ்ட் பண்ணனும். கொழுப்பு திசு கரெக்டா தெரியும் அத வெட்டி மாத்தீட்டு; ஒத்த கொழாய் போல போவும் இத ரெண்டா கீறணும். சரியா கொட்டய வெட்டி அந்த ஜாருக்குள்ள போட்டுருங்க. இத தைக்க மறந்துரப்பிடாது இல்லேணா ரத்தப்போக்குல சாவ வேண்டியது தா. நூலு இங்க இருக்கு தச்சுரவேண்டியது தா பாக்கி. உள்ள வெச்சீட்டு மேலயும் தச்சுரணும். கேட்டா? யன்னோட விடுதலைக்கு இத தவுர வேற வழி தெரியல. இனி எதுக்கும் நா குத்தவாளியா நிக்க மாட்டேன். இன்னைக்கு ராத்திரி மட்டும் ஒங்கள சங்கிலியால கெட்டி போடேன் ஏன்னா கடசி நிமிசத்துல மனசு மாறி ஓடிட்டா திட்டமெல்லாம் பாழ் ஆயீரும். நம்புங்க, நா ஆபத்தில்ல. யன் மனநெல புரிஞ்சதுனால தானே நீங்க இன்னும் இங்க இருக்குறீய? அந்த உரிமைல இந்த ஒதவிய மட்டும் பண்ணீருங்க. இந்த ஒலகத்த மாத்த எவென் எவென் என்னெல்லாமோ செய்யான் நா ரெண்டு கொட்டைய தானே வெட்டி எறியேன். இதுல என்ன பெரிய எழப்பு ஏற்பட்டுற போவுவ்? ஊர்க்காரனுவ சொல்லது சரிதானோணு நீங்க சந்தேகப்படலாம். அப்டி தோணதும் நியாயமானதே. அதுக்காக நா ஒங்கள குத்தஞ்சொல்ல மாட்டேன். யனக்கிது போதாத காலம். இதுக்கப்புறம் எல்லாம் சரியாகீரும். யாருக்கும் பயப்படாண்டாம் முக்கியமா காமத்துக்கு, எதுக்கும் தயங்காண்டாம், துணிஞ்சி தத்துவங்கள பேசலாம். மாற்றங்க நமக்குள்ளிருந்துதானே வரணும்? இல்லயா? நா மட்டும் இல்லேணு வைங்க நீங்க யன்னை பாக்கலேணு வைங்க இந்த ஊர் ஒங்கள ஏமாத்தீருக்காதா? சுற்றுலாத் தலம்னு படையெடுத்து வர்றானுவ இல்லா அவெனுவளுக்கு இங்குருக்க சிக்கல்கள தெரிஞ்சீட்டு தா வாரானுவளா இல்ல அவெனுவ வெள்ளக் காரனுவனால எல்லாத்தையும் நமக்கு முந்தியே அனுபவிச்ச பம்மாத்தோடி திரியுறானுவளா? அவனுவ என்ன முழுசா வளந்துட்டானுவளா?

ஒருவாட்டி கன்னியாகுமரி கடல பாக்க கூட்டுக்காரனுவளோடி போனோம். ஒரே வெள்ளக்காரனுவ தா வெள்ளத்தோலோடி அசிங்கமா இருந்தானுவ. கூட்டுக்காரனுவளுக்கு வெள்ளக்காரிகள

கண்டதும் கிளுகிளுப்பாயீட்டு. பக்கத்துல போய் தெரிஞ்ச இங்குலீஸ்ல யூ ஆர் பியூட்டிபுல், டூ யூ லைக் திஸ் பிளேஸ்? நாட் கோயிங் பார் போட்டிங்? யூ ஹேவ் டாலர்னு பேசுனானுவ. செலர் இவனுவளோடி சேந்து நின்னு போட்டோவுக்கு போஸ் குடுக்கவும் ஒத்துக்கிட்டாவ. அண்ணு இருந்த நெலமைக்கு இதெல்லா ரசிச்சி சிரிச்சேன். இன்ணோ அமெரிக்கனுக்க கண்ண நோண்டணும், ஜெர்மனியனுக்க கைகள வெட்டணும், இங்கிலாந்துகாரனுக்க கால அறுக்கணும், இஸ்ரேல் தாயோளிகள எதுவும் செய்யக் கூடாது அவனுவ தானா தற்கொல பண்ணி சாவணும், பிரான்ஸ்காரனுவளுக்க பிராந்தில வெசத்த கலந்து குடிக்க வெக்கணும். நீங்க சொல்லது செரிதான் நா ஏதோ ஒரு வேகத்துல பேசிட்டேன்... அவனுவள கொல்லதுக்கு நமக்கென்ன தகுதியிருக்கு, பசிக்குதா, வேண்டாமா, எத நெனச்சி அமைதியா இருக்கீங்க, நா உங்கள கெட்டி போட்டதுனாலயா? நா தா மொதல்லயே சொல்லியாச்சுல்லா யனக்கு வேற வழி தெரியல. உங்க கண்ணுக்கு இப்போ நா வேட்டயாட மிருகமா தெரியலாம். பட், பிளீஸ் புரிஞ்சுக்கோங்க. ஒங்களுக்குப் போவ போவ புரியும். யன்னால ஒங்களுக்கு எந்தத் தொல்லையும் வராது கெழவி ஆணையா எந்தத் தொல்லையும் வராது. எப்டியும் தூக்கமில்ல நைட்டு தர்ற அமைதி பயங்காட்டுது. வைக்க நடைக்கு நடக்கலேணா ராத்திரியோட தா வாழணும். அர்த்தமத்த பயங்கள் அதோடி அர்த்தமத்த வருத்தங்கள் மோதி மோதி இன்னா மண்டைய தொட்டு பாருங்க அங்கங்க வீங்கியிருக்கா? வெறுப்புல முட்டுனது தா. நாளைக்கி இதுக்கெல்லாம் ஒரு விடிவு வரும். நாளன்னைக்கு கௌம்பீர வேண்டியது தா.

'என்ன நடந்து?'

'ஆமா சவுண்ட், கேட்டு பதறி வந்தேன்'

'ஆக்சிடண்டா? அடி உண்டா?'

'நா கவனிக்கல'

'நீ எப்போ வந்த?'

'இப்ப தா தீடீர்னு பெருத்த சவுண்ட் கேட்டு நா எதுவுமே காணல'

'காரும் பைக்குமா?'

'லாரியோ'

‘நிக்கது கொள்ளந்தான் இடிச்சத பாத்தியளா?’

‘நா காணல டே’

‘போலீஸ் வந்தா?’

‘வந்துருக்கும் தெரியலயே’

‘டிராபிக் அதிகமாவுமே’

‘ம்ம்ம’

‘பாட்டி எப்டி நடந்து’

‘விடியகாலம் பால் வாங்க வந்தேன்...அப்புறம்...’

‘குடிச்சுட்டா ஓட்டுனான்’

‘தெரியல மோனே’

‘தெரியலயா?’

‘ஆங்...’

‘ஓய் சொவமா?’

‘ஆ... வேகத்துல எழும்புனான் பாத்துக்க காலைல போயிருவான்’

‘யாரு வண்டிக்காரனா?’

‘இல்ல இல்ல அடிபட்டவென்’

‘வேணோம்னே இடிச்சுருப்பானோ?’

‘நா பாக்கலையே’

‘அண்ணா ஒங்களுக்கு எப்டி தெரியும்?’

‘படார்னு சவுண்ட் கேட்டு ஓடி வந்தேன்’

‘நீங்க பாக்கலியா?’

‘இல்ல இல்ல’

‘பொணம் கெடக்கது தெரியுதா?’

‘எங்க?’

‘நா கைநீட்டதுக்க நேரா பாருங்க’

‘சே அது பொணமில்லடே’

‘தல வெளிய கெடக்கில்லாணா’

‘அது தலயில்ல வேற என்னத்தையோ பாத்துட்டு சொல்ல’

‘அண்ணா இங்க ஆக்ஸிடென்ட் தானே நடந்து’

‘ஆமா பாத்தா எப்டி தெரியி’

‘இல்ல இல்ல’

‘இன்னுமொருத்தன் செத்தாச்சு’

‘பாத்து வாரக்கூடாதானு கேட்டா நானா பாத்துவரணும்பான்’

‘நா வீட்டுக்குப் போறேன் இன்னுமொருத்தன் செத்தாச்சு’

‘ஆமா இன்னுமொருத்தன் செத்தாச்சு’

‘ஆக்ஸிடென்ட் இல்ல தப்பள பயலே செயின பறிச்சிட்டு ஓடிட்டான் கொம்மய ஓத்தெவென்’

‘வேல கெடக்கு நா வீட்டுக்குப் போறேன் அந்தாள அவுத்து விடணும்’

19

‘பயந்தீங்களா? யனக்குத் தெரியும் கண்டிப்பா யனக்கு நீங்க ஓதவி செய்வீங்கனு. தேங்யூ நா கொஞ்ச நேரந் தூங்கேன். வலி கொன்ன வலி தாங்கல. வலிக்கி வலிக்கி யப்போ. எதயம் வெடிச்சுரும்போ. யம்மோ செத்துருவம்மோ. யன்னே இங் இங் ஆ. வேண்டா தாகமில்ல. கொஞ்ச தூங்கேன் பிளீஸ்.’

‘ப்ளக் ப்ளக்’

‘போதும்.’

‘பயமாயிருக்கு விடுதல கொடூரமாயிருக்கு. நீங்க சாப்டீங்களா? கௌம்பீருவோமா?’

‘தொடய தொட்டாலே வலிக்கி. நடந்துருவேனா? வெளில மழ பெய்யுதோ? குளுருது போர்வ தாங்களேன்.’

‘எங்கிருந்து வர்றீங்க?’

‘அதள பாதாளத்துலயிருந்து’

‘இது யாரோட எலும்புங்க?’

‘அப்பா, அம்மா அப்புறம் நா’

‘இந்த ரெஜிஸ்டர்ல கையெழுத்து போடுங்க’

‘கையெழுத்தா?’

‘ஏன் முன்ன பின்ன கையெழுத்து போட்டதில்லையா?’

'ஆமா போட்டு போட்டு எரிச்சிருக்கேன்'

'சாரமில்ல இப்ப போடுங்க'

'நெருப்பிலயா?'

'ஏது நெருப்பு?'

'யனக்க ரோமங்கள்ல மொட்டா அரும்பியிருக்கே நெருப்பு'

'செவத்துல அப்புன நெருப்பில்லையா?'

கண்ண தொறந்தேன். மொழங்கை வர கைக வெட்டியிருந்தத அப்போ தா கவனிச்சேன். எடப்பக்கம் திரும்புனேன் யன்னை போலவே வரிசைல ஆணுவளும் பெண்ணுவளுமா அமைதியா மரணத்துக்காக காத்திருந்தாவ. செலர் மார்புல பாய்ஞ்ச கோடாரிய புடிச்சுட்டே செத்துருந்தாவ. ஈயும் கொசுவும் அந்த ஒடம்புகள மேஞ்சி புண்ணுகளுக்குள்ள முட்டயிட்டத சகிக்காம எட்டற கட்டையா கத்துனேன். பேரிருள் ஒண்ணுக்குள்ள புகுந்து தூரத்துல தெரிய புள்ளியா மறஞ்சு மறஞ்சு மின்ன வெளிச்சத்த நோக்கி நகர்ந்தேன். போய்க்கிட்டே இருந்தேன் தூரம் கொறயல. சுத்தி தல கெறங்கி வயித்துல சிசு மடங்கி கெடக்குமில்லா அப்டியே கண்ண மூடி கெடந்துட்டேன். நா பொலம்புனேனா? நீங்க அத கேட்டீளா? யன்னை பெத்த தாயோளிகள நீங்க பாத்தீளா? ரூம் பூட்டியிருந்தா? வெளிய வரவே இல்லையா? அதுங்க அப்டி தா. யனக்கா சாய வாங்குனீய? கொஞ்சம் புடிச்சு ஒதவுங்களேன் நா எழும்பிக்குறேன். யம்மா....இன்னும் வலிக்கி. மோளும் போது ரெத்தமா போச்சா? ஏன் அதெல்லாம் தொடச்சீங்க? சும்மா சும்மா யன்னை தோழர்னு கூப்டாதிங்க. நாளைக்கு யன்கூட பயணிக்கதுல ஒங்களுக்கு ஒண்ணுமில்ல தானே? எல்ல வர விட வந்தா போதும் நா போயிருவேன். செரி நீங்க போவலாம் நாளைக்கு பாப்போம். அந்த ஜாடி எங்க? அத நா பாக்கணும். அத நா ஞாபகார்த்தமா கூடவே வெச்சுக்க போறேன். போற வழில மாலை போல செஞ்சு போட்டுக்குவேன்.

சமாதானப்படுங்க மிஸ்டர். கேக்குற கேள்விகளுக்கு நீங்க பதிலளிச்சுட்டு கௌம்பீரலாம். நல்லா புருஞ்சுக்கோங்க இது விசாரண இல்ல. எங்களுக்கு இந்த பொரசீஜர்ஸ முடிச்சாகணும் ஒங்கள மாதுரி நெறைய பேர நாங்க சந்திக்குறோம். தண்ணி குடிச்சுக்கோங்க. பி ரிலாக்ஸ் ஓகே?

சோ, உங்க பேரு?: பிவ்ட்ட்... பிவ்ட்ட...தூ... தூ...

சின்ன வயசுல அதாவது உங்க பதிமூணாவது வயசுல கொலை குற்றம் சுமத்தப்பட்ட போது எவ்வாறு உணர்ந்தீங்க?:

யன் அப்பாவ கொன்னு பெட்ரோல் பங் மேல கெட்டி தொங்க வுட்டாங்க.

உங்க அப்பாவோட பெயர்?: முசோலினி!

இந்தப் படத்துல உங்களால அவர அடையாளம் காட்ட முடியுமா?:

அந்தப் படத்துல இருக்க எல்லோருமே யனக்க தவொப்பனுவ தா.

உங்க அம்மாவ ஏன் கொல செஞ்சீங்க?

யன்னை பத்தி நெறய தெரிஞ்சுருக்கீங்களே!

உங்க அம்மாவ ஏன் கொல பண்ணீங்க?: ஞாபகம் இல்ல

நா சொல்லட்டா?: ஓங்க இஸ்டம்.

அண்ணைக்கு உங்கள படுக்கைக்குக் கூப்டாங்க அப்டித்தானே?: இல்ல.

மறச்சு வெச்சுருந்த கத்தியால அவங்கள ரெண்டு மொற குத்துனீங்க அப்டி தானே?: பொய்

மோனேனு அலறும்போ நீங்க கொடூரமா சிரிச்சீங்க கரெக்டா?: இல்ல

அப்புறம்?: நா யேன் அம்மைய கொல்லேல அவள கொன்னது நீங்க தா. அவ தலய கொண்டு போனீளே இன்னும் பதப்படுத்தி வெச்சுருக்கீளா?

பெர்வெக்ட்! லெலின் கிட்டயே தலய அடக்கம் பண்ணி யிருக்கோம். நீங்க இனி போகலாம். நெக்ஸ்ட்.

20

சீக்கிரம் சீக்கிரம் என்னேரமும் நடக்கலாம் லேட்டாவா வாரது? கட்ட வண்டி எப்டி சூப்பரா இருக்கா, வானத்த பாத்தீளா, கறுப்பாவும் சொவப்பாவும் பொக சுருள் சுருளா போறது தெரியுதா? இது வெடிச்சுனா மொத்த ஊரும் நாசக்கட்ட ஆகிரும். அதான் யனக்க கணிப்பு. ஓடம்பு பூரா இரும்பு அவிச்ச நாத்தம். காலைல

குளிச்சதும் பிட்டல பாக்க போனேன். விசயத்த சொல்லச் சொல்ல அந்தாளு பேந்த பேந்த விழிக்கான். அவசரத்துல கைய புடிச்சி வலுவா இழுத்தேன். கட்டய எடுத்து அடிக்க வந்துட்டான். வேதனைலயும் தொயரத்துலயும் அங்கயே நின்னு அழுதேன். கெழவென் மனசு எறங்கி வண்டிய தந்தானா இல்ல ஊர் கூடீரும்னு பயந்து தந்தானானு தெரியல. வுட்டா போதும்னு ஓடி வண்டிய இழுத்துட்டு வந்துட்டேன். நேத்தே இந்தத் தாயோளிகள தொடச்சி, நவம் வெட்டி கெணத்துக்க கயிறால இப்ப தா கெட்டி முடிச்சேன். பழைய வெள்ள வேட்டி ரெண்ட எடுத்துப் போத்தி யிருக்கேன் வெயில் அடிக்குமில்லா. குருடீட்ட விசயத்த சொன்னேன். அவ ஒண்ணும் சொல்லல. பய வேலைக்குக் கெளம்ப இருந்தான். அனுப்பி விடதா யன்னை மொதல்ல போவ சொன்னா. யனக்கு நல்லாவே தெரியும் ஆள பைத்தியக்காரேன் ஆக்க வேலயாக்கும் பய ஒண்ணும் வர மாட்டான். ஒரு வாரத்துக்கு அரிசியும், பாத்துரங்களயும் எடுத்துகிட்டேன். வேற பெருசா லக்கேஜ் ஒண்ணுமில்ல. இந்த போன சார்ஜ் போடதுக்கு தா என்ன பண்ணதுக்குனு தெரியல. எங்கயாது போட்டுகிடலாம் அப்டி தானே? காடு வெடிச்ச பொறவு எப்டியும் ஒதவிவரும் பாத்துக்கலாம். இன்னா இப்டி இழுத்துட்டே போவ வேண்டியது தான். முடியமட்டு நா இழுக்கேன் திண்டு, குழி வரும்போ மட்டும் நீங்க சகாயிக்கணும்.

கெளம்பீருவோமா? வேற ஏதும் மறந்தேனா? ஹைவே தாண்டி ரெண்டு கிலோமீட்டர் தள்ளி போயிரணும். அது வர கூட வருவீய தானே? போவோம், யம்மோவ் எப்போவ் நெனச்சத விட கடினமாயிருக்கு. ஹா…ஹா என்னல பாக்குறீய? இப்ப அழியும் ஓடீருங்க. ரோட்டுக்கு போயிட்டா ஈசி. இந்த மண்ணு அழியணும், மண்ணோடி தொடர்புள்ள அத்தனையும் மடியணும். அப்போ தா புதுசு பொறக்கும். அப்பேகூட விடியாது. கடசியா காறி துப்பிகிடேன்.

ஹார்ர்…தூ…போங்க பலவட்டரைகளா

தூணே யன்னைக் காப்பாத்து, இராயினே தொண நில்ல. பின்கோவே வழிகாட்டு இல்பர்டினே…நீ எழும்பி வா.

போட்டு, போட்டு நிக்காண்டாம். கிட்ட வந்தா குத்திக் கொன்னுபுடுவேன். போட்டு போட்டு. இனி குண்டுகுழி தொழி

ஒண்ணுங் கெடையாது நா பாத்துக்கேன்.

நீங்க பிடிய விடுங்க. உங்கோட்டுல ஒழுங்கா ஒட்டிபோல தேவிடியா பயலே.

வேகமா நடங்க என்ன மூச்சு வாங்குதா? ஒழைக்கணும் ஓய் ஒழைக்கணும். என்ன சிரிக்குறீய? வாரும் வாரும் அங்க இருந்து பாத்தா நல்லா தெரியும். இருங்க இதுவளுக்கு தண்ணிய குடுத்துட்டு. நேத்து குளுந்தது இண்ணு வெயில் அடிக்க அடிய பாத்தீளா? மோசம். மணி என்னாச்சு? கீழ பாத்தீளா தையல் லைட்டா பிரியுனு நெனக்கேன். ரெத்தம் வடியுது ஓய். ஆ...வலிக்கி இன்னா கொஞ்ச தூரந்தான். நீரு ஒரு குண்ணையும் இழுக் காண்டாம் நல்லா தச்சுருக்கீரு. ஒரு நிமிசம் இத ஒதுக்கி வெக்கட்டு.

தீர்க்கதரிசி சொன்னது போல...பொன்னு கெழவியே நல்லாயிரு. எங்க ஓடுறீய இருங்க ஒங்களால யாரயும் காப்பாத்த முடியாது. இன்னா தண்ணிய குடிங்க.

கொஞ்சங் கழிஞ்சு போவோமே? ஏன் அவசரப் படுத்துறியேணு புரியுது. நீங்க யாருனு யனக்கு நல்லா ஞாபகமிருக்கு. இந்த சொட்ட மண்டயும் மாறு வேசத்துக்காக பண்ணதா? பயப் படாண்டாம் நா முட்டாளில்ல எத பத்தியும் உங்கள்ட விசாரிக்க போறதுமில்ல. விடைகளுக்க பின்னாடி மறஞ்சு நிக்கவே விரும்பேன். ஏய் வானத்த பாரும் பெரிய சைஸ் காளான் பூக்கத!

ஹா...ஹா...ஹா...

நா ஒண்ணு சொல்லட்...

(அழிந்தது)

ஃஃ